இந்திய சூஃபிகள் வரிசை

ஏர்வாடி மகான் சையித் இப்ராஹீம் ஷஹீத்

நாகூர் ரூமி

'அடுத்த விநாடி' என்ற நூலின் மூலம் லட்சக்கணக்கான வாசகர்களைப் பெற்ற நாகூர் ரூமியின் இயற்பெயர் ஏ.எஸ். முகம்மது ரஃபி. ஆம்பூரில் மஸ்ஹருல் உலூம் கல்லூரியின் ஆங்கிலத் துறைத்தலைவராகப் பணியாற்றியவர். மாணவர்களுக்காக எழுதிய 'ஜாலியா ஜெயிக்கலாம் வாங்க ஸ்டூடண்ட்ஸ்' என்ற நூல் பெரும் வரவேற்பைப் பெற்றது. ஹோமர் எழுதிய 'இலியட்' எனும் மாபெரும் கிரேக்க காவியத்தைத் தமிழில் மொழிபெயர்த்திருப்பவர். கம்பனையும் மில்டனையும் ஒப்பாய்வு செய்து டாக்டர் பட்டம் பெற்றவர்.

இந்திய ஸூஃபிகள் வரிசை

1. நிஜாமுத்தீன் அவ்லியா
2. குணங்குடி மஸ்தான் சாஹிப்
3. தாஜுத்தீன் பாபா
4. யாஸீன் மௌலானா நாயகம்
5. ஹஸ்ரத் ஆஸாத் ரஸூல்
6. தஃப்லே ஆலம் பாதுஷா
7. ஷாஹ் வாலியுல்லாஹ்
8. ஏர்வாடி இப்ராஹீம் ஷஹீத்

இந்திய சூஃபிகள் வரிசை

ஏர்வாடி மகான் சையித் இப்ராஹீம் ஷஹீத்

நாகூர் ரூமி

கிழக்கு

ஏர்வாடி மகான் சையித் இப்ராஹீம் ஷஹீத் : இந்திய சூஃபிகள் வரிசை
Erwadi Mahaan Syed Ibrahim Shaheed : Indiya Sufigal Varisai
Nagore Rumi ©

First Edition: April 2024
128 Pages
Printed in India.

ISBN: 978-81-969373-6-2
Kizhakku - 1375

Kizhakku Pathippagam
177/103, First Floor, Ambal's Building, Lloyds Road,
Royapettah, Chennai - 600 014. Ph: +95000 45609
Email : support@nhm.in   Website : www.nhm.in

kizhakkupathippagam   kizhakku_nhm

Author's Email: ruminagore@gmail.com

All illustrations, photos and images are for informational purposes only and are copyrighted by their respective owners.

Kizhakku Pathippagam is an imprint of New Horizon Media Private Limited

The views and opinions expressed in this book are the author's own and the facts are as reported by the author, and the publishers are not in any way liable for the same.

All rights reserved. No part of this publication may be reproduced, stored in a retrieval system, or transmitted, in any form or by any means, electronic, mechanical, photocopying, recording or otherwise, without the prior permission of the publishers.

சமர்ப்பணம்

'நவீன இலக்கியத்தின் எல்லாத் திறப்புகளையும் தீர்க்கமறத் திறந்துகாட்டி – என்னை உடன் அழைத்துச் சென்று கொண்டிருக்கக்கூடியவரும் சில நேரம் சுமையென்றும் பாராது கட்டியிழுத்துக் கொண்டிருக்கக்கூடியவருமான ஆபிதீன், நாகூர் ரூமி மாதிரியான மதிநுட்பம் கொண்ட சொல்லேர் உழவர்கள் மேற்கூறிய ஆக்கத்தை எழுதுவார்களேயானால் – அது 'அழியா இலக்கியமாக' இருக்கும் என்பதைத் திண்ணமாய் அறிவேன். எல்லாம் வல்ல இயற்கைதான் கருணை புரிய வேண்டும். ஆமீன்!'

என்று தான் இறந்து போவதற்குப் பல ஆண்டுகளுக்கு முன்பே ஏர்வாடி இப்ராஹீம் ஷஹீத் அவர்களைப் பற்றி ஒரு கட்டுரையை நண்பர் ஆபிதீனுக்கு அனுப்பிய நண்பர் மர்ஹூம் சீர்காழி தாஜ் அவர்களுக்கு

பொருளடக்கம்

	சலித்தெடுப்பது சிரமம்	...	9
1.	குடும்பமும் மேன்மையும்	...	13
2.	கனவும் கடல் பயணமும்	...	20
3.	பாண்டிய நாட்டில்	...	30
4.	போர்களும் விளைவுகளும்	...	36
5.	இறுதிப்போர் முதல்நாள்	...	49
6.	இரண்டாம் நாள் போர்	...	55
7.	மூன்றாம் நாள் போர்	...	59
8.	நான்காம் நாள் போர்	...	62
9.	ஐந்தாம் நாள் போர்	...	66
10.	ஆறாம் நாள் போர்	...	69
11.	ஏழாம் நாள் போர்	...	72
12.	எட்டாம் நாள் போர்	...	76
13.	ஒன்பதாம் நாள் போர்	...	79
14.	பத்தாம் நாள் போர்	...	84
15.	சுல்தானின் ஆட்சி	...	89
16.	சுல்தானின் உயிர்த்தியாகம்	...	94
17.	சில முக்கியமான ஷஹீத்கள்	...	105
18.	அற்புதங்களின் அரசர்	...	111

சலித்தெடுப்பது சிரமம்

நான் தமிழில் எழுதத்தொடங்கியுள்ள இந்த இறைநேசர்களின் வரலாறு இதற்குமுன் வேறு யாரும் செய்யாத சேவையா என்றால் நியாயமான பதில் 'ஆமாம்' என்றும் 'இல்லை' என்றும் இரண்டுவிதமாகவும் இருக்கும். எனக்கு முன்னர் தமிழகத்து முஸ்லிம் ஞானிகளைப்பற்றிப் பலர் எழுதியுள்ளனர். உதாரணமாக எம்.ஆர்.எம். அவர்களின் வலிமார்கள் வரலாறு போன்ற நூல்களைச் சொல்லவேண்டும். ஒவ்வொரு பாகத்திலும் பல ஞானிகளின் வாழ்க்கை சொல்லப்பட்டிருக்கும். ஆனால் அது முழுமையான வரலாறல்ல; சுருக்கமானது.

இந்திய ஞானியரைப்பற்றி ஆங்கிலம், உர்து, பாரசீகம் போன்ற மொழிகளில் வாழ்க்கை வரலாற்று நூல்கள் அனேகம் உள்ளன. ஆனால் தமிழ்நாட்டிலும் வட இந்தியாவிலும் வாழ்ந்த ஞானியரைப்பற்றி விரிவான வரலாற்று நூல்கள் தமிழில் இல்லை. உதாரணமாக ஷாஹ் வலியுல்லாஹ் அவர்களைப்பற்றி தமிழில் ஒரு நூல்கூட இல்லை. சமீபத்தில் நான்தான் எழுதினேன். அதை கிழக்கு பதிப்பகம்தான் வெளியிட்டது.

ஒரு தென்னிந்திய ஞானியின் வரலாறு, ஒரு வட இந்திய ஞானியின் வரலாறு என்று மாறிமாறி தமிழில் எழுதிக் கொண்டிருக்கிறேன். இறையருள் துணை நிற்குமாக.

தமிழ்நாட்டில், ஏன் இந்தியாவில் உருவான முதல் முஸ்லிம் மன்னராட்சி ஏர்வாடி ஞானி சுல்தான் சையத் இப்ராஹீம் ஷஹீத் அவர்களுடையதாகத்தான் இருக்கவேண்டும். அவர்களைப் பற்றி எழுத விரும்பி அதற்கான தகவல்களைச் சேகரித்தேன். சில

நூல்களும் கிடைத்தன. இணையத்திலும் பல தகவல்கள் கிடைத்தன. ஆனால் இணையத்தில் கிடைப்பதையெல்லாம் அப்படியே எடுத்துக்கொள்ள முடியாது. அப்படிச் செய்யவும் கூடாது. நெல் எது, உமி எது என்று பிரித்துப்பார்க்கத் தெரியவேண்டும்.

டாக்டர் எஸ். எம். கமால் அவர்கள் எழுதிய 'நபிகள் நாயகம் வழியில்' என்ற ஏர்வாடி சையித் இப்ராஹீம் ஷஹீது அவர்களின் வாழ்க்கை வரலாற்று நூலில் சுல்தான் சையித் இப்ராஹீம் ஷஹீத் அவர்கள் இஸ்லாமியப் பிரசாரகர்களில் முன்னோடி என்றும், சேதுநாட்டுக்கு வந்த முதல் முஸ்லிம் பிரசாரகர் என்றும், நபிகள் நாயகம் அவர்களின் அருமை மகளார் ஃபாத்திமாவின் வம்சத்தில் 18-வது தலைமுறையில் அவரது தந்தையார் சையித் அஹ்மது தோன்றினார் என்ற முக்கியமான தகவலையும் தருகிறார்.

ஜமால் அவர்கள் தொகுத்த 'ஏர்வாடி சுல்தான் செய்யது இப்ராஹீம் ஷஹீது வலியுல்லாஹ் வரலாறு' என்ற நூல் நடந்த யுத்தங்களை ஒவ்வொரு நாளும் எப்படி நடந்தது, விளைவுகள் என்னென்ன என்று விளக்குகிறது.

ஜமால் அவர்களின் நூலுக்கு மற்ற நூல்களுக்கு இல்லாத ஒரு தனிச்சிறப்பு உண்டு. எங்கள் முன்னோர்களில் ஒருவராகிய மீசல் வண்ணக்களஞ்சியப் புலவர் பதினைந்து ஆண்டுகளில் மூன்று காவியங்களை எழுதினார். முதலில் சுலைமான் நபியைப்பற்றி 'இராஜ நாயகம்' என்ற காப்பியத்தையும் (1807), இரண்டாவதாக முஸ்லிம் இறைநேசர்களின் தலைவர் என்று அறியப்படும் முஹ்யித்தீன் அப்துல் காதிர் ஜீலானி நாயகம் அவர்களைப்பற்றி 'குத்பு நாயகம்' என்ற காப்பியத்தையும் (1814), இறுதியாக ஏர்வாடி நாதரைப்பற்றி 'தீன் விளக்கம்' (1821) என்ற போர்க் காவியத்தையும் எழுதினார். அது இந்நூலின் நாயகரான சுல்தான் சையித் இப்ராஹீம் ஷஹீது அவர்களின் வரலாற்றைப் பாடல்களில் கூறும் காவியம். ஒவ்வொரு பாடலுக்கும் விளக்கமாக ஜமால் என்பவர் ஒரு அத்தியாயமே எழுதியுள்ளார். அந்த வகையில் ஜமால் அவரது நூல் ஒரு மைல்கல் என்று சொல்லவேண்டும்.

'இராஜ நாயகம்' கீழக்கரையிலும் 'குத்பு நாயகம்' நாகூரிலும் 'தீன் விளக்கம்' ஏர்வாடியிலும் அரங்கேற்றம் செய்யப்பட்டன.

ஒரு நூலின் குவி மையம் சொல்லும் விதத்திலும், இன்னொரு நூலின் குவிமையம் குறிப்பிட்ட விஷயத்தின் மீதும் - உதாரணமாக யுத்தங்கள் மீதும் - உள்ளதை நாம் எளிதில் புரிந்துகொள்ள முடியும்.

மேலே சொல்லப்பட்ட சில நூல்களிலிருந்த தகவல்களை நான் இந்நூலுக்காகப் பயன்படுத்திக்கொண்டேன். முக்கியமாக வண்ணக்களஞ்சியப்புலவர் எழுதிய 'தீன் விளக்கம்' என்னும் போர்க்காவியப் பாடல்களிலிலிருந்தும் அதற்கான விளக்கங்களிலிருந்தும் பல தகவல்கள் எடுக்கப்பட்டுள்ளன.

குறிப்பாக, பத்து நாள் நடந்த இறுதி யுத்தம் பற்றிய தகவல் களுக்கு 'தீன் விளக்கம்' காவியத்திலிருந்தே பல தகவல்களை எடுத்துக்கூறியுள்ளேன். இரண்டாம் அத்தியாயத்திலிருந்து ஒவ்வொரு அத்தியாயத்தின் தலைப்புக்கும் கீழ் அக்காப்பியத்திலிருந்து ஒரு பாடலையும் கொடுத்துள்ளேன்.

பாண்டிய நாட்டு வரலாறு எதிலும் சுல்தான் சையித் இப்ராஹீம் ஷஹீத் அவர்களின் வருகை பற்றியோ ஆட்சி பற்றியோ குறிப்புகள் இல்லை. ஆனால் கல்கத்தா பல்கலைக்கழகப் பேராசிரியரான எஸ்.ஏ.க்யூ. ஹுசைனி என்பவர் 1962-ல் வெளியிட்ட *'The History of the Pandiya Country'* என்னும் நூலில் 47 - 49 பக்கங்களில் சுல்தானின் வருகை, ஆட்சி, மறைவு பற்றியெல்லாம் குறிப்பிட்டுள்ளார். தனக்கு ஆதாரமாக, கீழக்கரை ஞானியான மாப்பிள்ளை லெப்பை ஆலிம் அவர்கள் எழுதிய 'பைலுல் மஜீத் ஃபீ மனாகிபி இப்ராஹீமிஷ் ஷஹீத்' என்னும் புகழ்ப்பாடல் ('மௌலிது') நூலினை ஆதாரமாகக் கொண்டு மேற்கூறப்பட்ட தகவல்களைத் தருகிறார். சுல்தானின் ஆட்சியில் வெளியிடப்பட்ட நாணயம் ஒன்றும் கிடைத்துள்ளது.

சுல்தானைப் போரில் கொன்று நாட்டைத் திரும்பக் கைப்பற்றிய திருப்பாண்டியனால் தன் வாரிசு என்று நியமிக்கப்பட்டவன் பெயர் சமரகோலாகலன் என்றும், இறுதிப்போரில் ஏற்பட்ட காயங்களினால் மூன்று நாட்களில் திருப்பாண்டியன் இறந்தான் என்ற தகவலும் வண்ணக்களஞ்சியப்புலவரின் 'தீன் விளக்கம்' காப்பியத்தில் சொல்லப்பட்டுள்ளது.

ஆதாரப்பூர்வமான நாணயங்களின் தொகுப்புகளில் சமரகோலாகலன் என்ற பெயருடன் ஒரு பாண்டிய நாணயம்

கிடைத்துள்ளது. மற்றபடி அவன் யார், அவன் ஆண்ட பகுதி, ஆண்ட காலம் பற்றிய தகவல்கள் ஏதும் கிடைக்கவில்லை. அவன் பாண்டிய இளவரசன் என்றும், சுல்தான் மற்றும் திருப்பாண்டியனின் இறப்புக்குப்பிறகு, சுல்தானின் சகோதரர் சையித் இஸ்மாயீலின் மகன் சையிது இஸ்ஹாக்கும் பாண்டிய இளவரசனான சமரகோலாகலனும் ராஜ்ஜியத்தைப் பிரித்துக் கொள்வதாக உடன்பட்டனர். இருவரும் அதற்கானதொரு உடன்படிக்கையில் கையெழுத்திட்டனர். அதன்படி பவித்திர மாணிக்கப்பட்டினம் என்று சொல்லப்பட்ட ஏர்வாடிப்பகுதியை சுல்தானின் வாரிசுகளும் ராமநாதபுரப்பகுதியை பாண்டியர்களும் ஆளுவார்கள். பன்னிரண்டாம் நூற்றாண்டில் பிரிட்டிஷ் கிழக்கிந்திய கம்பனி உள்ளே வரும்வரை இந்த நிலைதான் நீடித்தது.

தமிழ்நாட்டைச் சேர்ந்த இறைநேசர்களின் விரிவான, ஆதாரப் பூர்வமான வாழ்க்கை வரலாற்று நூல்கள் தமிழில் அவ்வளவாக இல்லை. தமிழ்நாட்டைத் தாண்டிய இறைநேசர்களின் வரலாறு தமிழில் இல்லையென்றே சொல்லிவிடலாம். அந்த இடைவெளியை நிரப்பும் ஆசையில்தான் நான் எழுதிக் கொண்டிருக்கிறேன். சுல்தான் சையித் இப்ராஹீம் ஷஹீத் அவர்கள் இஸ்லாமியப் பிரசாரத்துக்காக சேதுநாட்டுக்கு வந்த முன்னோடியாவார். நபிபெருமானாரின் உத்தரவின் பேரில் இஸ்லாத்தை எடுத்துரைப்பதற்காக, பாண்டிய நாட்டுக்கு வந்து, கிட்டத்தட்ட பதிமூன்று ஆண்டுகள் அரசாட்சியும் செய்து, இறுதியில் தன்னுயிரையும் தன் குடும்பத்தாரின் உயிர்களையும் இழந்த ஏர்வாடி மகான் அவர்களின் வாழ்க்கை வரலாற்றைத் தெரிந்து கொள்வோம்.

19.11.23 அன்புடன்

நாகூர் ரூமி

1

குடும்பமும் மேன்மையும்

ஏர்வாடி வாழும் இப்ராஹீம் நாதர்
சீர்நாடிச் செல்வோர் சிறப்பிக்கும் அல்லாஹ்

– இறையருட் கவிமணி

வாணிபம், உல்லாசப்பயணம், சமயம் பரப்புதல் போன்ற காரணங்களுக்காக வெளி நாட்டவர்கள் இந்தியாவுக்குள்ளும், குறிப்பாக தமிழ்நாட்டுக்குள்ளும், ஆறாம் ஏழாம் நூற்றாண்டிலிருந்தே வந்துள்ளனர். தாலமி போன்ற கிரேக்க மாலுமிகள் பாஹியான், யுவான் சுவாங் போன்ற சீனத்துறவிகள் போன்றோரை உதாரணமாகச் சொல்லலாம்.

குறிப்பாக 13ம் நூற்றாண்டில் சீனாவிலிருந்து வந்த உலகப்பயணி மார்க்கோபோலோ, 14ம் நூற்றாண்டில் வந்த மொராக்கோ நாட்டு இப்னு பதூதா போன்றோரின் பயணக்குறிப்புகள் சேது நாட்டு வரலாற்றைத் தெரிந்துகொள்ளப் பெரிதும் உதவிகரமாக உள்ளன. இஸ்லாமியப் பிரசாரகர்களும் வணிகர்களும் 11-ம் நூற்றாண்டிலேயே சேது நாட்டுக்கு வந்துள்ளனர்.

இந்தப் பின்னணியில் பார்க்கும்போது முதன் முதலாக தமிழ்நாட்டுக்கு, அதுவும் சேதுநாட்டுக்கு வந்த முதல்

இஸ்லாமியப் பிரசாரகர் என்று சுல்தான் சையித் இப்ராஹீம் ஷஹீது அவர்களைத்தான் சொல்லவேண்டும்.

சுல்தானின் அப்பா வழித்தாத்தாவான சையித் அப்துல் கஃபூர் முக்கிய அரசியல் தலைவர்களில் ஒருவராக இருந்தார். சிலுவைப்போர்களில் பங்கெடுத்த பெருமையும் அவருக்குண்டு. மதினாவில் மிகவும் மதிக்கப்பட்ட முக்கியஸ்தர்களில் ஒருவராகவும் மிகச் சிறந்த மார்க்க மேதையாகவும் இருந்தார்.

கிபி1108-ல் அவருக்கு சையித் அஹ்மத் என்ற மகன் பிறந்தார். நபிபெருமானாரின் மகள் ஃபாத்திமாவின் 18-வது தலைமுறையில் பிறந்தவர் அவர். மதினா நகரைச் சுற்றியிருந்த பகுதிக்கு நியமிக்கப்பட்ட ஆட்சியாளராகவும் நிர்வாகத்தில் தந்தை சையித் அப்துல் கஃபூருக்கு உதவியாகவும் அவர் இருந்தார். வெறும் ஆட்சியாளராக அல்ல; குறுநில மன்னராக இருந்தார் என்கிறார் 'நபிகள் நாயகம் வழியில்' என்ற நூலின் ஆசிரியரான கமால். ஏதோ ஒரு பொறுப்பிலும் அதிகாரத்திலும் இருந்துள்ளார் என்பதுவரை நிச்சயம்.

தன் இருபத்தைந்தாவது வயதில் ஃபாத்திமா என்ற பெண்ணை சையித் அஹ்மத் மணந்தார். திருமணம் முடிந்த இரண்டு ஆண்டுகளில், சையித் அஹ்மது அவர்களின் தந்தையார் இறந்து போனார். எனவே கிபி 1134-ல், இந்நூலின் நாயகரான சுல்தானுக்கு ஐந்து வயதானபோது, மதினாவின் ஆளுநராக அவரது தந்தை சையித் அஹ்மத் தேர்ந்தெடுக்கப்பட்டார்.

பிறப்பும் விருப்பும்

சையித் அஹ்மத் அவர்களுக்கும் அவர் மனைவி சையிதா ஃபாத்திமாவுக்கும் கிபி 1136-ல் ரமலான் பிறை 03-ல் ஒரு ஆண் குழந்தை பிறந்தது. இந்நூலின் நாயகர் அவர்தான். அவருக்கு சையித் இப்ராஹீம் என்று பெயர் வைத்தனர். நபிகள் நாயகத்தின் மகளார் ஃபாத்திமாவின் மகனும் நபிகள் நாயகத்தின் பேரருமான ஹுசைன் அவர்களது வம்சாவழியில் 19-வது வழித்தோன்றலாகப் பிறந்தவர்தான் இந்நூலின் நாயகர் சுல்தான் சையித் இப்ராஹீம் ஷஹீத்.

சுல்தான் என்பது அவரது இயற்பெயரின் பகுதியல்ல; அது அவர் மேற்கொண்ட பதவியைக் குறிக்கும் சொல். சுல்தான் என்றால்

அரசர் என்று அர்த்தம். பாண்டிய நாட்டின் அரசராகவும் ஆன்மிக அரசராகவும் இருந்த, இருக்கின்ற அவரை இந்நூலில் இனி சுல்தான் என்றே குறிப்பிடுவோம்.

திருமறையையும் நபிமொழிகளையும் தன் ஆசிரியர் மூலம் சுல்தான் ஆழமாகக் கற்றுக்கொண்டார். ஆனால் ஆசிரியரே வியக்குமளவுக்கு திறமையும் அறிவுக்கூர்மையும் மிக்கவராக வளர்ந்தார். பதிமூன்று வயதிலேயே திருக்குர்'ஆன் முழுவதையும் மனனம் செய்துவிட்டார். ஓர் ஆசிரியரைப்போல கடினமான பாடங்களை சக மாணவர்களுக்கு எளிமையாக விளக்கிச் சொல்வார். அதனால் மாணவர்களின் தலைவராகவும் ஆனார்.

இளைஞராக இருந்தபோதும் மற்றவர்களைப்போல இல்லாமல் அதிக நேரத்தை இறைவணக்கத்திலேயே செலவழித்தார். இரவெல்லாம் விழித்திருந்து இறைவணக்கம் புரிவதோடு முஹாசபா (சுய விமர்சனம்), முராக்கபா (தியானம்) போன்ற ஆன்மிகப் பயிற்சிகளையும் தொடர்ந்து செய்துவந்தார். இதனால் மஸ்ஜிதுந் நபவியிலேயே அதிக நேரத்தைச் செலவிட்டார். ஓய்வு நேரங்களில் இறைவன், படைப்புகளின் நோக்கம், இயற்கை போன்றவை பற்றித் தன் சிந்தனைகளை ஓட்டினார்.

வாலிபராக இருந்தபோதும் பொதுவாக பதின்பருவத்தில் எழும் உணர்வுகளுக்கு ஆட்படாதவராக, சமூக நலப்பணிகளிலேயே அவருக்கு அதிக நாட்டம் இருந்தது. அனாதை இல்லம், இலவச மார்க்கப்பள்ளிகள் போன்றவற்றை மதினாவில் ஏற்படுத்துமாறு தந்தையை வேண்டிக்கொண்டார்.

தந்தையைப்போல ஆட்சியாளராக இருப்பதில் அவருக்கு பெரிதாக விருப்பம் இல்லை. ஒரு சமுதாய சேவகராக இருக்கவே விரும்பினார். அதேசமயம் உண்மையைச் சொன்னதற்காகவும், சமுதாயத்துக்குச் சேவை செய்ததற்காகவும் தன் மூதாதையரான நபிகள் நாயகத்துக்கு நேர்ந்த இன்னல்களையும் நினைத்துப்பார்த்தார். நபிகளாரைப்போலத் தானும் மார்க்கப் பிரசாரம் செய்யவேண்டும் என்ற அவாவும் உறுதியும் இருந்தது சுல்தானுக்கு. எண்ணம் எண்ணமாக மட்டும் இல்லாமல் அவரது வாழ்வில் அது செயல்வடிவமும் பெற்றது.

திருமணம்

மதினாவின் செல்வந்தர் ஒருவருக்கு சையிதா ஃபாத்திமா என்ற அழகும் நற்குணமும் நிறைந்த ஒரு மகளிருந்தார். சையிதா ஃபாத்திமாவுக்கு ஜைனப் என்ற பெயரும் உண்டு. எத்தனையோ வசதி படைத்தவர்கள் ஜைனபை மணந்துகொள்ள விரும்பியும் அவரது தந்தையார் பிடிகொடுக்கவில்லை. ஆனால் ஜைனப் சுல்தானை விரும்பியிருக்க வேண்டும். ஏனெனில் தன்னை மணந்துகொள்ளும்படி சுல்தானுக்கே ஒரு கடிதத்தை ஜைனப் அனுப்பியிருந்தார். ரொம்ப புரட்சிகரமான பெண்ணாக இருந்திருக்கவேண்டும். தனது 25வது வயதில் சுல்தான் ஜைனப் எனும் ஃபாத்திமாவை மணந்துகொண்டார். கிபி 1160-ல் திருமணம், அடுத்த ஆண்டு பிறந்த மகனுக்கு சையித் அபூ தாஹிர் என்று பெயரிட்டனர்.

சிந்த், குஜராத்தில் இஸ்லாமியப்பணி

கனவில் அல்லது காட்சியில் இரண்டு முறை சுல்தானிடம் நபிபெருமானார் வந்ததாகவும், இந்தியா வருவதற்குச் சுமார் ஏழு ஆண்டுகளுக்கு முன் பெருமானார் சொன்னதன் பேரில் தந்தையின் அனுமதியுடன் மூவாயிரம் தொண்டர்களுடன் இந்தியாவின் வடமேற்குப் பகுதியான சிந்துவில் கரையிறங்கி (பாகிஸ்தான் பகுதி) அங்கே இஸ்லாமியப் பிரசாரம் செய்தார் என்றும் சொல்லப்படுகிறது.

அப்போதைய சிந்து பகுதியின் மன்னராக ஆஃப்தாப் சிங் என்பவர் இருந்ததாக தேங்கை ஷர்ஃபுதீன் மற்றும் ஜமாலின் நூல்கள் கூறுகின்றன. ஆனால் சுல்தான் அவர்கள் அங்கே சென்றதாகச் சொல்லப்படும் காலகட்டம் 12ம் நூற்றாண்டு. அந்தக்கால கட்டத்தில் அந்தப் பெயரில் மன்னர் யாரும் இருந்ததாகத் தெரியவில்லை. கிபி 1107-லிருந்து 1142 வரை முதலாம் உமர் பின் சூமர் என்பவர்தான் ஆட்சியாளராக இருந்துள்ளார்.

சுல்தான் தன் பிரசாரத்தை நிறுத்திவிட்டு நாட்டைவிட்டு வெளியேற வேண்டும் என்று ஆஃப்தாப் எச்சரிக்கை கொடுத்தான். ஆனால் நீயும் இஸ்லாத்தை ஏற்றுக்கொள்ள அழைக்கிறோம் என்று சுல்தான் பதில் கொடுத்தார். தன் உறவினர்களிலும் பலர் ஏற்கனவே முஸ்லிமாகியிருந்தது

ஆஃப்தாபுக்கு பெரும் அதிர்ச்சியைக் கொடுத்திருந்தது. சில ரவுடிகளை ஏற்பாடு செய்து முஸ்லிம்களின் பொருட்களைச் சூறையாடவும் கலவரங்களைத் தூண்டி தாக்குதல் நடத்தவும் ஏற்பாடு செய்தான்.

ஒரு வெள்ளிக்கிழமை சுல்தானின் தலைமையில் கூட்டுத் தொழுகை நடந்துகொண்டிருந்தபோது மன்னனும் அவனது அடியாட்களும் வன்முறையிலும் தாக்குதலிலும் ஈடுபட, முஸ்லிம்கள் வேறுவழியின்றித் திருப்பித்தாக்கினர். இருதரப்பிலும் காயமடைந்தனர். அதன்பின் பல நாட்கள் தொழுகை ரகசியமாக நிறைவேற்றப்பட்டது.

பின்னர் ஒருநாள் பெரும்படையுடன் வந்த ஆஃப்தாப், சுல்தானையும் முஸ்லிம்களையும் தாக்கினான். வேறு வழியின்றி போரில் இறங்கிய சுல்தான் ஆஃப்தாபைக் கொன்றார். அதையறிந்த ஆஃப்தாபின் தம்பி மெஹ்தாப் இன்னொரு படையுடன் வந்து முஸ்லிம்களைத் தாக்கினான். அந்தப் போரிலும் சுல்தான் வெற்றியடைந்தார். மெஹ்தாப் கொல்லப் பட்டான். அதன் பின்னர் இறைவணக்கமும் இஸ்லாமியப் பிரசாரமும் அமைதியாகவும் தடையின்றியும் நடைபெற்றன.

கொஞ்சகாலம் கழித்து குஜராத் சென்ற சுல்தான் இஸ்லாத்தை ஏற்றுக்கொள்ள குஜராத்தின் மன்னர் கரோடா என்பவருக்கு அழைப்பு கொடுத்தார். சிந்த் பகுதியில் நடந்ததுபோல் இங்கும் நடந்தது. அந்தப்போரில் கரோடா மாண்டான். அமைதி திரும்பிய பின்னர் ஓராண்டு குஜராத்தில் மார்க்கப்பணி செய்த சுல்தான், இப்ரத் சிங் என்பவரின் பொறுப்பில் நாட்டை விட்டுவிட்டு, வழியில் மீண்டும் சிந்துப்பகுதிக்குச் சென்று ஜுல்ஃபிகார் அலிகான் என்பவரை மக்கள் தலைவராக அறிவித்துவிட்டுத் தாய்நாடு திரும்பினார்.

இப்ரத்சிங் என்பது முஸ்லிம் பெயர் மாதிரித் தெரியவில்லை. எனவே இந்தத் தகவலின் நம்பகத்தன்மையில் சந்தேகம் உள்ளது.

அரேபியாவுக்குக் கிழக்காக இருந்த சிந்த், இந்தியாவின் குஜராத் பகுதி போன்றவற்றில் தன் தோழர்களுடன் சென்று செய்த இஸ்லாமியப் பிரசாரத்தின் விளைவாகப் பலர் மனமாற்றம் அடைந்து இஸ்லாத்தை ஏற்றுக்கொண்டதுடன், காலம் காலமாக

நிலவி வந்த மேல் ஜாதி கீழ் ஜாதி என்ற பிரிவினைக் கோட்பாட்டையும் சிலை வணக்கத்தையும் மக்கள் விட்டொழித்தனர். ஒருவர் இஸ்லாத்தை ஏற்றுக்கொண்ட பிறகு அங்கே ஏது ஜாதி!

சிந்த் பகுதியில் சுமார் பத்துமாதம் சுல்தான் தங்கியிருந்து இஸ்லாமியப் பிரசாரப்பணி செய்ததாகவும், மூவாயிரம் பேரோடு சென்ற சுல்தான் மதினா திரும்பியபோது ஆயிரம் பேர் மட்டுமே இருந்ததாகவும் சொல்லப்படுகிறது. மற்றவர் களெல்லாம் ஒன்று இறந்திருந்தார்கள், அல்லது ஆட்சியை கவனிக்க அமர்த்தப்பட்டிருந்தார்கள். நான்கு மாத கடல் பயணத்துக்குப்பின் முதலில் மக்காவை அடைந்த சுல்தான் அங்கே ஒருவாரம் தங்கி தங்கள் அனுபவங்களை ஆர்வமுடன் கேட்டவர்களிடம் பகிர்ந்துகொண்டார்.

மதினா வந்த சுல்தான் தன் தந்தையைப்பார்த்துத் தன் அனுபங்களையெல்லாம் விவரித்தார். பின் தன் அன்பு மகனான அபூதாஹிரை மடிமீது வைத்து முத்தமிட்டுக்கொஞ்சினார். இரண்டு ஆண்டுகளாக ஆற்றிய இடைவிடாத பணியால் கொஞ்சம் இளைத்திருந்தார். பின் வழக்கம்போல மஸ்ஜித் நபவியில் போய் வணக்கம், தியானம் என்று இருந்தார்கள்.

வம்சா வழி விபரம்

1. ஹஸ்ரத் அலீ
2. அவர்களது மகன் இமாம் ஹுஸைன்
3. அவர்களது மகன் இமாம் ஜைனுல் ஆபிதீன்
4. அவர்களது மகன் இமாம் பாக்கிர்
5. அவர்களது மகன் இமாம் ஜாஃபர் சாதிக்
6. அவர்களது மகன் முஹம்மது
7. அவர்களது மகன் ஜலாலுத்தீன்
8. அவர்களது மகன் முஹம்மது கமால்
9. அவர்களது மகன் தாவூத்
10. அவர்களது மகன் ஜமாலுல் கான்
11. அவர்களது மகன் அபுல் ஹுசைன்
12. அவர்களது மகன் இஸ்மாயில் கரீம்
13. அவர்களது மகன் முஹம்மது நசூருன்

14. அவர்களது மகன் அப்துல் ஜமால்
15. அவர்களது மகன் அப்துல் கபூர்
16. அவர்களது மகன் சையித் அஹ்மத்
17. அவர்களது மகன் சுல்தான் சையித் இப்ராஹீம் ஷஹீத்

2

கனவும் கடல் பயணமும்

அமரர் போற்றும் அகமதின் பேரனார்
திமிர மான குபிர் நீங்கச் செய்யரி
நமர்க ணாத ரிபுறாஹீம் நல்லொலி
சமரின் யாத்திரைச் சரிதம் புகலுவாம்

நபிபெருமானாரின் உத்தரவு

சுல்தான் சையித் இப்ராஹீமுக்கு 42 வயதாக இருந்தபோது பெருமானாரின் பள்ளிவாசலான மஸ்ஜிதுந் நபவியில் ஒருநாள் தொழுதுவிட்டு சற்றுக் கண்ணயர்ந்தபோது வந்த கனவில் ஹஸ்ரத் அபூபக்கர், ஹஸ்ரத் உமர், ஹஸ்ரத் உதுமான், ஹஸ்ரத் அலீ ஆகிய நான்கு கலீஃபாக்கள் மற்றும் நபித்தோழர்களோடு பெருமானார் தோன்றினார்கள். ஆனால் இரண்டு முறை கனவில் தோன்றியதாகவும், இரண்டாவது தடவை தோன்றியபோது பாண்டிய மன்னர்களின் பெயரையும், அவர்களின் அராஜக ஆட்சிபற்றியும் தெளிவாக எடுத்துச்சொல்லி, 'இஸ்லாமிய வாடையே வீசாமல் இருளில் மூழ்கிக்கிடக்கும் பகுதிகளுக்குச் சென்று' அங்கே தீன் சுடரை ஏற்றவேண்டுமென்றும் சொல்லியதாகவும், நேரிலேயே வந்து ஒளிவடிவில் காட்சி கொடுத்ததாகவும், அதோடு ஒரு போர்வாளையும் ஒரு

மகுடத்தையும் கொடுத்ததாகவும் தேங்கையாரின் நூல் கூறுகிறது.

ஆனால் வந்தது கனவுதான், நேரில் வந்த காட்சியல்ல என்று 'தீன் விளக்கம்' காப்பியத்தில் வண்ணக்களஞ்சியப் புலவர் கூறியுள்ளார். திருவாக்கருளிய படலத்தில் இந்நிகழ்ச்சி கூறப்படுகிறது. அந்தப்பாடல்:

பொறிவழி மனத்தைப் புகுத்திடா தியானம் /
புரிந்திடிற் போகநித் திரைவந்
தறிவினி லடங்கத் துயின்றனர் துயிலு /
மளவினிற் கனவினி லடைந்தார்
தறிய கஸ்தூரி கமகம கமென /
யாரசு காபிகள் சூழ்ந்து
செறிதரத் திருத்தாள் /
புவிதொடா திலங்கச்
செம்மலாகிய முகம்மதுவே

வண்ணக்களஞ்சியம் சுல்தான் சையித் இப்ராஹீம் அவர்களின் வழித்தோன்றல் என்பதால் நபிபெருமானார் வந்தது கனவில்தான் என்ற அவரது கூற்றையே நாம் எடுத்துக்கொள்ள வேண்டும். தமிழ்நாட்டுக்கு சுல்தான் வருதற்கு சுமார் ஏழாண்டுகளுக்கு முன் இக்கனவு நிகழ்ச்சி நடந்தது. இந்தக் கனவு வருவதற்கு முன்னரே சுல்தான் சிந்த், குஜராத் பகுதிகளில் வெற்றிகரமாக இஸ்லாமியப் பிரசாரம் செய்து திரும்பிய வரலாற்றையும் பார்த்தோம்.

தன் தோழர்களுடன் கனவில் வந்த நபிபெருமானார் தென்னிந்தியாவில் பவித்திர மாணிக்கப்பட்டணம் என்று ஒரு ஊர் இருப்பதாகவும், அங்கே விக்கிரம பாண்டியன் என்ற மன்னன் கொடுங்கோல் ஆட்சி செய்வதாகவும், அவனுக்கு இரு மகன்களும், ஐந்து அமைச்சர்களும் இருப்பதாகவும், உங்களோடு உயிர்த்தியாகம் செய்யத் தயாராக இருக்கும் தொண்டர்களைச் சேர்த்துக்கொண்டு அங்கே சென்று தென்னிந்தியாவில் தீன் சுடரை ஏற்றி வைத்து மார்க்கப்பணி ஆற்றவேண்டும் என்றும் உத்தரவு கொடுத்துவிட்டு மறைந்தார்கள்.

அந்தத் தகவல் அல்லது உத்தரவில் ஒரு குறிப்பு இருந்தது: 'உங்களோடு உயிர்த்தியாகம் செய்யத் தயாராக இருப்பவர்களை'

என்று சொன்னதுதான் அந்தக் குறிப்பு. அந்தப் பயணத்திலிருந்த அபாயத்தை முன்கூட்டியே சொல்லி அவர்களை மனதளவில் தயார்ப்படுத்தியதாகவும், நீங்களும் இன்னும் பலரும் நிச்சயம் உயிர்த்தியாகம் செய்யவேண்டியிருக்கும் என்று சொல்லாமல் சொல்லியதாகவும் எடுத்துக்கொள்ளலாம்.

பள்ளிவாசலில் தொழுதுவிட்டுக் கூடியிருந்த மக்களிடம் தான் கண்ட கனவு பற்றியும், பெருமானாரின் அன்புக்கட்டளை பற்றியும் சுல்தான் கூறினார். அதைக்கேட்ட பலர் நாங்களும் உங்களோடு பாண்டிய நாட்டுக்குச் செல்லத் தயாராக உள்ளோம் என்று உவகையுடன் தெரிவித்தனர்.

சுல்தான் சையித் இப்ராஹீம் தன் உறவினர்களை அழைத்தார். மைத்துனர் ஜெய்னுல் ஆபிதீனும், மாவீரர்களான சையிது காதிர், சையிது முஹ்யித்தின் ஆகியோரும் விரைந்து வந்தார்கள். அவர்களிடம் விஷயத்தைச் சொன்னபோது, அவர்கள் ஒரு நல்ல ஆலோசனையை வழங்கினர். எகிப்து, ஈரான், சிரியா, ரோம், ஏமன் முதலிய நாடுகளுக்கு இதை அறிவிக்க வேண்டும் என்று முடிவுசெய்யப்பட்டது.

ரோம் நாட்டு அரசரான மஹ்மூது பாதுஷாவுக்குத் தூது அனுப்பவேண்டும். பெருமானாரின் கனவுக்கட்டளையை எடுத்துச்சொல்லி, தேவைப்படும் ஆட்கள், கப்பல்கள் மற்றும் பொருட்கள் போன்றவற்றைத் தந்துதவ வேண்டும் என்று கேட்கவேண்டும் என்று முடிவு செய்யப்பட்டது. அதன்படியே ரோம் நாட்டு அரசருக்கு விபரமான கடிதம் ஒன்று எழுதி அதை சிலர் ரோம் நாட்டுக்கு எடுத்துச்சென்று மன்னரிடம் கொடுத்தனர்.

அக்கடிதத்தைப் பெற்றுக்கொண்ட ரோம் மன்னர் அதைப் படித்து மிகவும் சந்தோஷப்பட்டார். சுல்தான் சையித் இப்ராஹீமுக்கு உதவ முன்வந்தார். தன் அமைச்சர்களைக் கலந்தாலோசித்தார். தன் தளபதிகளுள் மதியூகம், ஒழுக்கம், வீரம், மார்க்கப்பற்று, பொறுமை, கல்வி, வீரம் இப்படி எல்லாவற்றிலும் சிறந்து விளங்கிய அப்பாஸ் என்பவரையும் அனுப்ப முடிவு செய்தார். அப்பாஸ் மந்திரியிடம் இவ்விஷயம் பற்றிச் சொன்னபோது அவர் ரொம்ப மகிழ்ச்சியடைந்தார்.

விஷயத்தைத் தனக்குக்கீழ் இயங்கிவந்த வீரர்களுக்கு தளபதி அப்பாஸ் எடுத்துச் சொன்னார். அவர்களும் ரொம்ப

சந்தோஷப்பட்டனர். மந்திரி அப்பாஸின் வீரர்கள் வெள்ளமெனத் திரண்டனர். நாடுவிட்டு நாடு செல்வதிலிருந்த அபாயங்களை அவர்கள் அறியாமலில்லை. ஆனால் ரத்தத்திலேயே வீரமும் மார்க்கப்பற்றும் அவர்களிடம் நிறைந்திருந்தது. நிறைய பொருட்கள், ஆயுதங்கள் முதலியவற்றைக் கொடுத்து, அப்பாஸ் மந்திரியையும், பல நாவாய்களையும், பதில் கடிதத்துடன் கொடுத்தனுப்பினார் ரோம் அரசர்.

செய்தியறிந்த அந்நாட்டுப் பொதுமக்களும், பசரா, சிரியா, பைத்துல் முகத்தஸ் (பாலஸ்தீன்), அபஸா போன்ற நாட்டு மக்களும் பொன்னையும் பொருளையும் கொண்டுவந்து கொடுத்தனர். சுல்தானோடு செல்ல விரும்பியவர்களும் இணைந்துகொண்டனர்.

அனைவரும் மதினா வந்தபின் நபிகள் பெருமானாரின் அடக்கஸ்தலத்துக்குச் சென்று இறைவனை இறைஞ்சினர். ரோம் அரசரிடம் தூது சென்றவர்கள் ரோம் மன்னரின் ஆதரவு, பல நாட்டு மக்களின் ஆதரவு என எல்லா விஷயங்களையும் சுல்தானிடம் விபரமாக எடுத்துச் சொன்னார்கள். மதினா நகரப்பெரியவர்கள் தளபதி அப்பாஸை சுல்தானிடம் அழைத்துச்சென்று அறிமுகப்படுத்தினர். சுல்தானைச் சந்தித்த அப்பாஸ் ரோம் அரசர் தன்னிடம் கொடுத்துவிட்ட எல்லாப் பொருள்களையும் சுல்தானிடம் ஒப்படைத்தார். நீங்களே எனக்கும் படைத்தளபதியாக இருங்கள் என்று சுல்தான் அவரையே நியமித்தார்.

பயண ஏற்பாடும் புறப்பாடும்

அடுத்த சில நாட்களில் பல கூட்டங்கள் நடத்தி ஆலோசனை செய்யப்பட்டது. எத்தனை பேர் போவது, எத்தனை தோணிகள் தேவைப்படும், பயண காலத்துக்குத் தேவையான உணவுப்பண்டங்களைச் சேகரிப்பது போன்ற விஷயங்கள் பேசி முடிவு செய்யப்பட்டன.

மனைவி அலீ ஃபாத்திமா, மூத்த மகன் அபூதாஹிர், இளைய மகன் ஜெய்னுல் ஆபிதீன், தாயார் சையிதா ஃபாத்திமா, தம்பி சையித் இஸ்மாயீல், தம்பி மகன் சையித் இஸ்ஹாக், சகோதரி ராபியா, சகோதரி மகளும் மருமகளுமான ஜைனப்

ஆகியோரையும் சேர்த்து மொத்தம் நூற்று இருபத்தோரு பெண்கள் பயணம் செல்லத் தயாராக இருந்தனர்.

அன்றைய அரபுலகத்தில் பெருநகரங்களான மக்கா, ஜித்தா, தாயிஃப் ஆகிய நகரங்களிலுள்ள இளைஞர்களையும், அண்டை நாடுகளான சிரியா, எகிப்து டுனீஷியா, மொராக்கோ ஆகிய நாடுகளுக்கு இப்பயணம் தொடர்பாகக் கடிதங்கள் அனுப்பி வரவிரும்பும் இளைஞர்களைச் சேர்த்துக்கொள்வது தொடர்பான முடிவுகள் எடுக்கப்பட்டன. அவ்வாறே கடிதங்களும் அனுப்பப் பட்டன.

மதினாவிலிருந்த மார்க்க அறிஞர்களையும், பொதுமக்களையும், அரசியல் தலைவர்களையும் ஒன்றுகூட்டி பெருமானார் தனக்குச் சொன்ன செய்தியை அவர்களிடம் சுல்தான் சொன்னார்.

இஸ்லாமியப் பிரசாரப்பணியை இந்திய மண்ணில் துவக்க இருப்பதால் விருப்பமுள்ளவர்கள் தன்னோடு இணைந்து கொள்ளலாம், ஆனால் அங்கே ஏற்படும் இன்னல்களையும் இடையூறுகளையும் தாங்கிக்கொள்ள வேண்டியிருக்கும் என்றும், எனவே தற்காப்பு வசதிகள் இருக்கவேண்டும் என்றும் சொன்னார்கள்.

அதைக்கேட்ட பலர் தாங்களும் வருவதாக விருப்பம் தெரிவித்தனர். மதினாவில் மட்டுமின்றி மக்கா, தாயிப், ஜித்தா, ஏமன், நஜ்த், மொராக்கோ, திருபோலி, எகிப்து, பாலஸ்தீன் என பல நாடுகளுக்கும் இச்செய்தி கடிதங்கள் மூலம் தெரிவிக்கப் பட்டது.

இந்தக்காலம் மாதிரியா அந்தக்காலம் இருந்திருக்கும்! எனவே தென்னிந்தியாவிலுள்ள தமிழ்நாட்டுக்குச் செல்லும் அந்த முடிவு பற்றிய செய்தியை அண்டை நாடுகளுக்கெல்லாம் தெரிவித்து, பதில்களைப்பெறுவதற்குள் சில அல்லது பல மாதங்கள் ஓடிவிட்டன! சில ஆண்டுகள் ஓடிவிட்டதாகவும் சொல்லப்படுகிறது. பாண்டிய நாட்டுக்கு எப்போது பயணம் செல்வது என்ற எண்ணம் மட்டுமே சையிது இப்ராஹீமின் மனதில் ஓடிக்கொண்டிருந்தது.

நான்காவது இஸ்லாமிய மாதமான ரபியுல் ஆகிர் மாதம் கடைசி வெள்ளிக்கிழமையன்று ஜும்'ஆவுக்குப்பிறகு மதினாவிலிருந்து படை புறப்படும் என்று முரசறைந்து சொல்ல ஏற்பாடு

செய்யப்பட்டது. கூட்டுத் தொழுகைக்குப் பிறகு அனைவரும் நபிபெருமானாரின் அடக்கஸ்தலத்துக்குச் சென்றார்கள்.

'நாயகமே, உங்கள் கட்டளையை ஏற்றுப் புறப்படுகிறேன். எனக்கு வெற்றி கிடைக்க இறைவனிடம் துஆ செய்யுங்கள்' என்று வேண்டிக்கொண்ட பிறகு தன் குடும்பத்தினரும் தன்னோடு வருவதற்கான ஏற்பாடுகளைச் செய்தார்.

தன் இளைய மகன் ஜெய்னுல் ஆபிதீன், தம்பி செய்யிது இஸ்மாயீலின் மகன் செய்யிது இஸ்ஹாக் முதலியோரும், பெண்களில் தாயார் ஃபாத்திமா, தங்கை ராபியா, ராபியாவின் மகள் ஜைனப், மனைவி ஃபாத்திமா ஆகியோரும் மேலும் நூற்றி இருபத்தோரு பெண்களும் ஹிஜ்ரி 582 (மே 1186) ஜமாத்துல் ஆஹிர் பிறை 02-ல் புறப்பட்டனர்.

தமிழ்நாட்டுக்கு சுல்தான் புறப்பட்டபோது அவர்களின் வயது 56 வயது என்கிறார் டாக்டர் கமால். ஆனால் தென்னிந்தியாவில் பாண்டிய மன்னர்களோடு நடந்த போர்களையும், அவற்றில் சுல்தான் காட்டிய வீரத்தையும் வைத்துப்பார்க்கும்போது, தமிழ்நாட்டுக்கு வந்தபோது நிச்சயம் சுல்தான் தன் நாற்பதுகளில்தான் இருந்திருக்கவேண்டும்.

சுல்தானின் குடும்பத்தினர் மட்டுமின்றி, அவர்களது தொண்டர் படையும் சுல்தானோடு புறப்பட்டது. மொத்தம் கிட்டத்தட்ட மூவாயிரம் பேருக்குமேல் இருந்தனர்.

ஜித்தா நகரின் மர்கஷ் பள்ளிவாசலில் காலைத்தொழுகை முடிந்தபின் சுல்தானுடைய பயணத்துக்கும் அதன் நோக்கத்துக்கும் வெற்றியைக் கொடுக்குமாறு பிரார்த்தனை செய்யப்பட்டது. அல்லாஹு அக்பர் என்ற முழக்கம் வானையும் எட்டியது.

அந்தந்த நாட்டின் கொடிகள் அந்தச் சிலநூறு கப்பல்களிள் பறந்துகொண்டிருந்தன. ஜித்தா துறைமுகத்திலிருந்து வடக்காக அவை நிறுத்தப்பட்டிருந்தன. நீண்ட அந்த பயணத்துக்குத் தேவையான குடிநீர், உணவுப்பண்டங்கள், காய்கறிகள் போன்றவையும் அவற்றில் ஏற்றப்பட்டிருந்தன. அனைவரும் உரிய கப்பல்களில் ஏறியபின் கப்பல்கள் மெல்ல செல்லத் தொடங்கின. பல கப்பல்கள் ஒரே நேரத்தில் வரிசையாகச் சென்றது கண்கொள்ளாக்காட்சியாக இருந்தது.

முதலில் மக்காவுக்குச் சென்று இறை ஆலயமான க'அபாவைத் தரிசித்தார்கள். மக்கள் வெள்ளம் திரண்டு வந்து அவர்களை வரவேற்று உற்சாகப்படுத்தியது. அன்றிரவு மக்காவில் தங்கிய சுல்தானைக் காண மக்காவின் ஆட்சியாளர் ஷம்சுத்தீன் என்பவர் வந்தார். மக்காவிலிருந்து சுல்தானோடு இணைய விரும்பும் தொண்டர்களையும் சேர்த்துக்கொள்ளச் சொல்லி சிபாரிசு செய்வதே அவரது வருகையின் பிரதான நோக்கமாக இருந்தது. ஷம்சுத்தீனுக்கு சுல்தான் அழைப்பு கொடுத்தார்கள். அவரும் சந்தோஷமாக இணைந்துகொண்டார்.

வழியில் ஒரு காட்டரபிக் கொள்ளையர் கூட்டம் அவர்களை யாரென விசாரித்தது. தம் கூட்டத்தலைவன் இமையான் எனப்பட்ட இம்ரான் இப்னு உமய்யாவிடம் பயண நோக்கம் பற்றி அவர்கள் சொல்ல, மனம் திருந்திய அவன் நானும் வருகிறேன் என்று சொல்லி இணைந்துகொண்டான்! அதைக்கேட்ட சுல்தான் மிகவும் மகிழ்ந்து, பாண்டிய நாட்டை நாங்கள் வென்று ஆட்சிசெய்ய நேரும்போது அதன் மலைப்பிரதேசங்களையும் காடுகளையும் உன் அதிகாரத்தில் ஒப்படைத்துவிடுகிறேன் என்றார். அதைக்கேட்ட இமையான் ரொம்ப சந்தோஷப்பட்டான். அத்திருக்கூட்டம் மீண்டும் கடற்கரைப்பட்டினமான ஜித்தா சென்றடைந்தது. அவன் பெயர் இம்ரான் பின் உமய்யா என்று தேங்கையாரின் நூல் கூறுகிறது.

ஜித்தாவின் ஆட்சியாளராக அமீர் சிக்கந்தர் என்பவர் இருந்தார். படைத்தலைவர் அப்பாஸும் பிற தலைவர்களும் சிக்கந்தரைச் சந்திக்கவேண்டும் என்று சுல்தான் விரும்பினார். அதன்படி சந்திப்பும் நிகழ்ந்தது. கப்பல்களுக்கு ஏற்பாடு செய்யுமாறு சிக்கந்தரிடம் ஒரு வேண்டுகோளும் வைக்கப்பட்டது. சிக்கந்தரும் வேண்டிய உதவிகள் அனைத்தையும் செய்தார். மறுநாள் பயணம் தொடர இருந்தது.

கூட்டத்தினரிடம் பேசிய சுல்தான், பயணம் நீண்டதுமாகவும் துன்பங்கள் நிறைந்ததுமாகவும் இருக்கலாம். அவற்றைப் பொருட்படுத்தாமல் முன்னேறிச் செல்லும் மனத்திடம் இல்லாதவர் திரும்பிச்சென்றுவிடலாம் என்று கூறினார். ஆனாலும் ஒருவர்கூடப் பின்வாங்கவில்லை.

மறுநாள் கப்பல் பயணம் தொடங்கியது. பாய் மரங்கள் விரிந்தன. சிக்கந்தர் மட்டும் தன் இயலாமையைத் தெரிவித்து

ஜித்தாவிலேயே தங்கிவிட்டார். சுல்தான் சொன்னபடியே தென்கிழக்குத் திசையை நோக்கிக் கப்பல்கள் செலுத்தப் பட்டன. தீன்முழக்கம் கடல் ஒலியை மிகைக்க கப்பல்கள் சென்றன. தலைவர்களும் தளபதிகளும் அவரவர் படைகளுடன் தனித்தனிக் கப்பல்களில் ஏறிக்கொண்டனர்.

மலையாள மண்ணில் சுல்தான்

சில மாதங்களின் பயணத்துக்குப் பிறகு கேரளாவிலுள்ள புகழ்வாய்ந்த கொடுங்கோளூர் துறைமுகத்தில் கப்பல்கள் நங்கூரம் பாய்ச்சி நின்றன. இவ்வூர் பழந்தமிழ் நூல்களில் முசிறி என்ற பெயராலும், இந்தியப் பெயர்களை சரியாக உச்சரிக்கத் தெரியாத ஆங்கிலேய நாக்குகளில் க்ராங்கனூர் (Cranganore) என்றும் அழைக்கப்பட்ட கண்ணூர்க்கரை தொலைவில் தென்பட்டது. கரை வந்ததும் அனைவரும் இறங்கி அங்கிருந்த ஒரு சோலையில் இளைப்பாறினர். கப்பல்கள் ஜித்தாவுக்குத் திருப்பி அனுப்பப்பட்டன.

கிபி 06-ம் நூற்றாண்டில் கொங்கோளூரைத் தலைநகராகக் கொண்ட கண்ணனூர்ப்பகுதியை கடைசி சேரமன்னரும், 63 நாயன்மார்களில் ஒருவருமான சேரமான் பெருமாள் ஆண்டு வந்தார். நபிபெருமானார் நிலவினை இரண்டாகப் பிளந்த அற்புதத்தைப் பார்த்த அவர், அதுபற்றி அறிய ஆவல் கொண்டார்.

மதினாவில் அந்த அற்புதத்தைக்கண்ட நபித்தோழர் ஹபீப் இப்னு மாலிக் என்பவரும் அவரது மனைவியும் பெருமானாரின் சொல்படி கேரளாவுக்கு வந்து சேரமான் பெருமாளை சந்தித்து நிலவு இரண்டாகப் பிளந்த அற்புதத்தின் பின்னால் இருந்தது நபிபெருமானார் என்றும், தன்னை வந்து மதினாவில் சந்திக்கும்படி நபிபெருமானார் சொன்னதாகவும் கூறினர்.

உடனே சேரமான் பெருமாள் மதினாவுக்குச் சென்று நபிபெருமானை நேரில் கண்டு, அவர்கள் முன்னிலையில் இஸ்லாத்தை ஏற்று, தாஜுத்தீன் என்று தன் பெயரை மாற்றிக்கொண்டார். அப்துர்ரஹ்மான் சாமிரி என்று தன் பெயரை மாற்றிக்கொண்டார் என்றும் சொல்லப்படுகிறது. இஞ்சி ஊறுகாய்களை அவர் பெருமானாருக்கும் நபித்தோழர்களுக்கும்

அன்பளிப்பாகக் கொண்டுபோய்க் கொடுத்தார் என்று விக்கி கூறுகிறது.

திரும்பி வரும் வழியில் ஓமன் நாட்டின் சலாலா என்ற இடத்தில் காலமாகி அங்கேயே அடக்கம் செய்யப்பட்டுள்ளார். ஆனால் அவர் பல கேரள மன்னர்களுக்கு இஸ்லாம் பற்றியும் பெருமானாரைப் பற்றியும் விரிவான கடிதங்கள் எழுதி நபித்தோழர்களுக்கு அடுத்த தலைமுறையினரான மாலிக் இப்னு தீனாரிடம் கொடுத்தனுப்பினார்.

வரலாற்றில் மிகவும் பிரபலமான இந்நிழ்கழ்ச்சி முஸ்லிம் வரலாற்றாசிரியர்களின் நூல்களில் மட்டுமின்றி, ஹிந்து பிராமண வரலாற்றாசிரியர்களில் நூல்களிலும் பதியப்பட்டுள்ளது என்று வரலாற்றாசிரியர் எம்.ஜி.எஸ்.நாராயணன் எழுதினார்.

சேரமானை சந்தித்த நபித்தோழர் ஹபீப் இப்னு மாலிக்கினால் கட்டப்பட்டதுதான் கொடுங்காளூரில் கட்டப்பட்டுள்ள சேரமான் பெருமாள் பள்ளிவாசல். இந்தியாவில் கட்டப்பட்ட முதல் பள்ளிவாசலும் மிகப் புராதனமானதும் அதுதான். இன்றும் அது மிக அழகாகப் பாதுகாக்கப்பட்டு புழக்கத்தில் உள்ளது.

சேரமன்னனின் மருமகனான மாபலி என்பவர் முஸ்லிமாகி தன் பெயரை முஹம்மதலி என்று மாற்றிக்கொண்டார். 11-12 நூற்றாண்டுகளில் கண்ணனூரில் ஆட்சிசெய்த அரய்க்கல்

அல்லது அரக்கல் ராஜாக்களெல்லாம் இவரது வழித்தோன்றல்களே.

இந்த அரய்க்கல் ராஜாக்களின் ஆட்சி கண்ணனூரில் நடந்து கொண்டிருந்த காலத்தில்தான் சுல்தானின் தலைமையில் ஐயாயிரத்துக்கும் மேற்பட்ட வீரர்கள் கண்ணனூரில் தலை நகரான கொடுங்கோளூரை அடைந்தனர். கேரள வரலாற்றில் அது இஸ்லாத்தின் பொற்காலம் என்று தேங்கையார் அதை வர்ணிக்கிறார். ஒரு மாதம் கேரளாவில் தங்கி சுல்தான் இஸ்லாமியப்பிரசாரம் செய்தார். நூற்றுக்கணக்கானோர் இஸ்லாத்தில் இணைந்தனர். அவர்களில் சிலர் சுல்தானின் கரங்களை வலுப்படுத்த அவரோடு சென்றனர்.

கண்ணூர் மன்னன் சுல்தானை வந்து பார்த்து விசாரித்தான். விஷயம் சொல்லப்பட்டவுடன் மகிழ்ந்து என் பங்குக்கு நானும் சில வீரர்களை உங்களோடு அனுப்புகிறேன், ஆனால் என்னால் வரமுடியாது, ஏனெனில் கண்ணூர் மன்னர்கள் எங்கும்போகாமல் ஹஜ்ஜுக்குச் செல்வோருக்குக் கப்பல்கள் கொடுத்து உதவ வேண்டும் என்பது எங்கள் மூதாதையர்க்கு நபிபெருமானார் இட்ட கட்டளையாகும் என்று சொன்னான். அவன் சொன்னபடியே அவன் அனுப்பிய படைவீரர்கள் பலரும் அங்கே வந்து சேர்ந்தனர்.

3

பாண்டிய நாட்டில்

கண்ணனூரிலிருந்து புறப்பட்டு கொச்சி, கொல்லம், கன்னியாகுமரி வழியாக சுல்தானும் குழுவினரும் ஆன்மிக ஞானிகளின் நகரமாக இருந்த காயல்பட்டினம் வந்தடைந்தார்கள். அந்த நேரத்தில் பாண்டிய நாடு மூன்று பிரிவுகளாக பிரிக்கப்பட்டிருந்தது. நெல்லையைத் தலைநகராகக்கொண்ட பகுதியை தம்பி குலசேகர பாண்டியனும், பவித்திர மாணிக்கப் பட்டினத்தைத் தலைநகராகக்கொண்டு முகவைப்பகுதியை தம்பி விக்கிரம பாண்டியனும், மதுரைப்பகுதியை அண்ணன் திருப்பாண்டியனும் ஆண்டுகொண்டிருந்தனர்.

சுல்தானின் வருகைக்கு இரண்டு ஆண்டுகளுக்கு முன்னர் நெல்லை, முகவை, மதுரை ஆகிய பாண்டிய நாட்டின் மூன்று பகுதிகளுமே திருப்பாண்டியனின் ஆளுமையின் கீழ்தான் இருந்தன. ஆனால் குலசேகரனும், விக்கிரமனும் பிரச்சனை செய்ததால் இவ்வாறாகப் பிரித்துக்கொடுத்து அவர்களை அவன் அமைதிப்படுத்தினான்.

ஆனாலும் அந்தப்பங்கீட்டில் குலசேகரனுக்கு அவ்வளவாகத் திருப்தியில்லை. அதனால் இருவருக்கும் அவ்வப்போது சிறுசிறு பிரச்சனைகள் தலைதூக்கி வந்தன. அண்ணனிடமிருந்து அரசுரிமையைக் கைப்பற்றும் நோக்கத்தில் தூண்டிவிடப்பட்ட

கலவரங்கள் அவ்வப்போது வெடித்தன. அந்த சூழ்நிலையில்தான் சுல்தானும் அவரது குழுவினரும் காயல்பட்டினத்துக்கு வந்து சேர்ந்திருந்தனர்.

பல ஆயிரம் பேரோடு ஒரு முஸ்லிம்படை வந்திறங்கியதைக் கேள்விப்பட்ட குலசேகரன் அச்சமடைந்தான். தன் ஆட்டத்தை அடக்குவதற்காக அண்ணன் செய்த சதியாக இருக்குமோ என்று நினைத்தான். உடனே இரண்டு ஒற்றர்களை அனுப்பி விஷயத்தை விசாரித்து வரச்சொன்னான். தாங்கள் வந்த நோக்கம் மார்க்கம் பரப்புவது மட்டுமே, நாடுபிடிப்பதல்ல என்பதை சுல்தான் அவர்களிடம் எடுத்துரைத்தார். இந்த முஸ்லிம்படை தனக்குத் தேவைப்படலாம் என்று நினைத்த குலசேகரன் அவர்கள் தங்குவதற்கு மட்டும் அனுமதி கொடுத்தான்.

காயல்பட்டினக் கடற்கரையோரமாகத் தங்கிக்கொண்ட சுல்தானும் கூடவந்தவர்களும் சில நாட்கள் ஓய்வு எடுத்தார்கள். பின் இரண்டு பேரைத்தேர்ந்தெடுத்து மதுரையை ஆண்டு கொண்டிருந்த திருப்பாண்டியனிடம் தூதனுப்பினார். சகோதரன் என்றாலும் பிரச்சனை செய்துகொண்டிருந்த குலசேகரனின் பகுதியில் தங்கியிருந்த முஸ்லிம்களுக்கு மார்க்கப்பிரசாரம் செய்ய திருப்பாண்டியன் அனுமதி மறுத்தான்.

எல்லாப்பக்கமும் அனுமதி மறுக்கப்படுவது சுல்தானுக்குக் கவலை கொடுத்தது. திருப்பாண்டியனை நேரில் சந்தித்து விளக்கிச்சொன்னால் ஒருவேளை அனுமதிக்கலாம் என்று யோசித்து இரண்டாயிரம் பேர்களுடன் சென்ற சுல்தான் முதலில் வைகை நதிக்கரையில் தங்கினார்.

அந்த நேரத்தில் திருப்பாண்டியனின் படையில் ஒரு பகுதி அடிக்கடி தொல்லைகொடுத்துக் கொண்டிருந்த சோழப் படையினரை விரட்ட அனுப்பப்பட்டிருந்தது. சோழர் களுடனான போர்களில் பெரும்பாலும் தோல்வியைத் தழுவிக்கொண்டிருந்த திருப்பாண்டியனுக்கு திடீரென்று ஒரு புதுப்படை ஆயிரக்கணக்கான வீரர்களுடன் வந்து தங்கியிருப்பது அச்சத்தைக் கொடுத்தது.

உடனே ஒரு படைப்பிரிவை அழைத்து, சுல்தானிடம் சென்று அவர்களைத் திரும்பிச் சென்றுவிடுமாறு சொல்லும்படியும், மறுத்தால் சண்டையிட்டுத் துரத்திவிடுமாறும் கட்டளையிட்டான்.

எதிர்பார்த்தபடிதான் எல்லாம் நடந்தது. சுல்தான் தன் வருகையில் நாடுபிடிக்கும் நோக்கம் எதுவுமில்லை என்று எவ்வளவோ விளக்கியும் அது தீர்வாகவில்லை. சிறு சண்டை நடந்தது. பலர் காயமுற்றனர். விஷயம் அறிந்துகொண்ட திருப்பாண்டியன் இன்னொரு படைப்பிரிவையும் உதவிக்கு அனுப்பி வைத்தான். முஸ்லிம் வீரர்களுக்கும் பாண்டிய வீரர்களுக்கும் நடந்த முதல் போர் என்று அதைச்சொல்ல வேண்டும். மதுரையைச்சுற்றிலும் பாதுகாப்புக்காகப் போடப்பட்ட அகழிக்கு வெளியே அது நடந்தது.

பாண்டிய வீரர்களுக்கு உதவிசெய்ய அனுப்பப்பட்ட வீரர்கள் அகழிக்கு வெளியே அதைச் சூழ்ந்து நின்றுகொண்டு செயல்பட்டதால் முஸ்லிம் வீரர்கள் பாண்டிய வீரர்களைவிட எண்ணிக்கையில் அதிகமாக இருந்தபோதும், அவர்களால் உள்ளே நுழைய முடியவில்லை.

வைகை நதி, அகழிகள் மற்றும் மலைக்குன்றுகளின் கீழிருக்கும் பள்ளத்தாக்குகள் – இம்மூன்றில் ஒன்றைக் கைப்பற்றாதவரை நகருக்குள் நுழைய முடியாது என்பதை சுல்தான் விளங்கிக்கொண்டார். எனவே தம்முடன் வந்த வீரர்களை மூன்று பங்காகப் பிரித்து இம்மூன்று பகுதிகளுக்கும் அனுப்பினார். அதில் மலைக்குன்றுகளின் பள்ளத்தாக்குதலைக் கைப்பற்றச் சென்றவர்கள் வெற்றிகரமாக அதைக் கைப்பற்றி நகரினுள் நுழைந்தனர். மற்ற பாண்டியப்படையினர் தத்தம் முனைகளில் போரிட்டுக்கொண்டிருந்தனர்.

சோழப்படைகளை விரட்ட ஏற்கெனவே ஒரு பாண்டியப்படைப்பிரிவு அனுப்பப்பட்டிருந்ததால் நகருக்குள் நுழைந்துவிட்ட முஸ்லிம் வீரர்களை எதிர்த்து நிற்க பாண்டிய மன்னனிடம் வேறு படையில்லாமல் போனது.

எனவே அகழி மற்றும்வைகை நதிக்கரையில் போரிட்டுக் கொண்டிருந்த வீரர்களை நகரினுள் நுழைந்துவிட்ட முஸ்லிம் வீரர்களோடு போரிடுமாறு திருப்பாண்டியன் ஆணையிட்டான். அதன் விளைவாக அகழிகளிலும் வைகைக் கரையிலும் எதிர்ப்பில்லாமல் போனது. அதனால் அப்பகுதிகளை எளிதாகக் கைப்பற்றிய முஸ்லிம்படையினர் ஏற்கனவே பள்ளத்தாக்கு வழியே உள்ளே நுழைந்த தன் சகோதரப்படையினருடன் போய்ச்சேர்ந்துகொண்டு திருப்பாண்டியனின் உறைவிடத்தை

முற்றுகையிட முயன்றனர். ஆறுநாட்கள் நடந்தது அப்போர். கோயில், கோட்டை கொத்தளங்கள் எல்லாம் முஸ்லிம்களின் வசம் வந்தது.

இனி வெற்றி நிச்சயம் கிடைக்காது என்ற எண்ணம் வந்தவுடன் தன் குடும்பத்துடன் தப்பிப்பது பற்றி திருப்பாண்டியன் யோசிக்க ஆரம்பித்தான். முக்கியப்பகுதிகள் யாவும் தம்வசம் வந்துவிட்டதால் பாண்டிய மன்னனைச் சரணடையுமாறு சுல்தான் செய்தி அனுப்பினார்.

இதற்கிடையில் ஒரு சோழப்படை வேறு மதுரையை நெருங்கிக்கொண்டிருந்தது. ஒரு பக்கம் சுல்தான், மறுபக்கம் சோழப்படையினர் என நெருக்கடி ஏற்பட்டதும் தன் குடும்பத்தோடு தப்பித்து திருப்பாண்டியன் திருப்பதிக்குச் சென்று அங்கிருந்த மன்னனிடம் அடைக்கலம் புகுந்தான்.

இப்போது மதுரைப்பகுதி முழுவதன் ஆட்சிப்பொறுப்பும் சுல்தான் கைக்கு வந்தது. இதற்கிடையில் திருப்பாண்டியனை எதிர்த்துவந்த சோழப்படையினர் நகருக்குள் புக முயன்றனர். அரசன் தப்பித்து திருப்பதிக்குப் போய்விட்ட செய்தியை சோழப்படையினருக்கு சுல்தான் அறிவித்தும் அதை அலட்சியம் செய்த சோழப்படையினர் வீம்பாக மீண்டும் நகருக்குள் புக முயற்சித்ததால் முஸ்லிம் வீரர்களுக்கும் சோழப்படையினருக்கு ஒரு குட்டிப்போர் நடந்தது. இரண்டு நாளாகியும் சோழப் படையின் உதவிக்கு மேலும் படையினர் வராததால் சோழவீரர்கள் போரை நிறுத்திவிட்டு திரும்பிச் சென்றனர்.

நகரினுள் அமைதியை நிலைநாட்ட தன் படையினரை அல்லும் பகலும் காவல் புரிய வைத்தார் சுல்தான். தொடர்ந்து செய்யப்பட்ட அமைதியான பிரசாரத்தினால் எண்ணற்ற மதுரை மக்கள் இஸ்லாத்தில் இணைந்தனர்.

இதற்கிடையில் தோற்று ஓடிய சோழவீரர்கள் மீண்டும் ஒரு வலுவான படையைத் திரட்டிக்கொண்டு மதுரையைத் தாக்க வந்தனர். இதனால் காயல்பட்டினத்தில் பாசறையமைத்துத் தங்கியிருந்த மூவாயிரம் முஸ்லிம் வீரர்களையும் வரவழைத்து நகரின் எல்லைப்புறங்களில் காவல்புரிய ஆணையிட்டார். நகரைச் சுற்றிலும் சுல்தானின் படையினர் காவல் புரிவதைப் பார்த்த சோழப்படையினர் தம் படையெடுப்புத்திட்டத்தைக்

கவிட்டு, அங்கொன்றும் இங்கொன்றுமாக சிறுசிறு தாக்குதல் களை நடத்தினர். இதனால் கொஞ்சகாலம் போர், கொஞ்சகாலம் பிரசாரம் என்று மாறிமாறி நடந்துகொண்டிருந்தது.

தன் அண்ணனை எதிர்ப்பதற்காக சுல்தானுக்கு ஆரம்பத்தில் ஆதரவு கொடுத்து தங்க வைத்த குலசேகரன் இப்போது மதுரையின் ஆட்சிப்பொறுப்பு தனக்கும் இல்லாமல், தன் அண்ணனுக்கும் இல்லாமல் வெளிநாட்டாரிடம் சென்றதும் கடுமையான கோபமும் பொறாமையும் கொண்டான். இருக்காதா பின்னே!

முகவைப்பகுதியை ஆண்டுகொண்டிருந்த தன் சகோதரன் விக்கிரமனுடன் கலந்தாலோசித்தான். விக்கிரமனும் குலசேகரனும் ஒரு கோட்டில் இணைந்தனர். ஒரே குட்டையில் ஊறிய மட்டைகளைப்போல! இருவருமே சுல்தானை எதிர்ப்பதற்குச் சரியான வாய்ப்பை எதிர்நோக்கியிருந்தனர்.

இராமநாதபுரப் பகுதியிலும் இஸ்லாத்தைப் பரப்பும் எண்ணத்துடன் விக்கிரமனிடம் யாரைத்தூது அனுப்பலாம் என்று தளபதி அப்பாஸிடம் சுல்தான் கேட்டார். காதிர், முஹ்யித்தீன் ஆகிய இருவரையும் தூதர்களாக அனுப்பலாம் என்று அப்பாஸ் சிபாரிசு செய்தார். அப்பாஸ் சொன்னபடியே அந்த இருவரும் அனுப்பப்பட்டனர்.

தூதர்கள் இருவரும் விக்கிரமனின் தலைநகரை அடைந்து வாயில் காப்போரிடம் விஷயத்தைச் சொன்னார்கள். அவர்கள் விக்கிரமனிடம் சொல்ல, அவன் அவர்களை தர்பாருக்குள் அழைத்தான். யார் நீங்கள், என்ன விஷயமாக வந்திருக்கிறீர்கள் என்று விசாரித்தான்.

நாங்கள் சுல்தான் சையித் இப்ராஹீம் அவர்களின் தூதர்கள். மதினாவிலிருந்து வந்திருக்கிறோம். தற்போது வைப்பாறு பகுதியிலிருந்து வருகிறோம் என்று சொல்லி இஸ்லாத்துக்கு அழைப்புக் கொடுத்தார்கள்.

அவர்கள் சொன்னதையெல்லாம் கேட்டுவிட்டு விக்கிரமன் ஏளனமாகச் சிரித்தான். நபிபெருமானார் அவர்களையும், சுல்தானையும் பற்றி தகாத வார்த்தைகளில் ஏளனமாகப் பேசினான். 'கன்னியாகுமரி முதல் மதுரை மாநகர் வரை பாண்டி மண்டலம் முழுவதையும் எனது மீன் கொடியின் கீழ்வைத்து நான்

அரசாட்சி செய்துவருகிறேன். பஞ்சைப்பராரிகளாக இங்கு வந்து புகுந்துள்ள துலுக்கர்களாகிய நீங்கள் யார்? உங்களுக்கு இங்கே என்ன வேலை? உங்களை எம்மிடம் அனுப்பிய அந்த சையிது இப்ராஹீம் எம்மை அவர் மார்க்கத்துக்கு அழைத்தால் நாமதை ஏற்கவேண்டுமா? நம்மை படைபண்டாரங்களற்ற பொம்மை ராஜா என்று நினைத்துவிட்டாரா உங்கள் சையிது இப்ராஹீம்? மரியாதையாக ஒரு விநாடியும் தாமதிக்காமல் பாண்டிய நாட்டைவிட்டு வெளியேறினால் பிழைத்தீர்கள். தவறினால் நாம் படையுடன் வந்து உம்மைப்புற முதுகு காட்டி ஓடுமாறு செய்வோம் என்று நாம் கூறியதாக உம் எஜமானரிடம் போய் சொல்லுங்கள்' என்று ஆங்காரத்துடன் கூறினான்.

'மன்னர் அவர்களே, நாங்கள் உங்கள் நாட்டைக்கைப்பற்றி ஆட்சி புரியவேண்டும் என்ற நோக்கத்துடன் இங்கே வரவில்லை. சத்திய சன்மார்க்கத்தை எடுத்துரைத்து விக்கிரக வணக்கம் செய்யாமல் உங்களைக் காப்பாற்றும் நோக்கத்திலேயே வந்துள்ளோம். அந்தப் பணி முடிந்ததும் நாங்கள் எங்கள் நாட்டுக்குத் திரும்பிச் சென்றுவிடுவோம்' என்று துணிச்சலாக பதில் கொடுத்தார்கள்.

முன்னைவிடக் கடுமையாக விக்கிரமன் பேச ஆரம்பித்தான். பின்பு தூதுவர் இருவரும் தம் குதிரைகளில் ஏறி சுல்தானிடம் வந்து நடந்ததையெல்லாம் சொல்லிக்காட்டினார்கள். இனி போர்க்களத்தில் அவனை சந்திப்பதைத்தவிர வேறு வழியில்லை என்று சுல்தான் நினைத்தார். தளபதி அப்பாஸையும் மற்ற தளபதிகளையும் அழைத்து தூதுவர்கள் சொன்ன செய்தியைச் சொல்லி போருக்கு ஆயத்தம் செய்யும்படி கேட்டுக்கொண்டார்.

உலகவரலாற்றுப் புத்தகமானது இயேசுவுக்கு முந்திய காலத்திலிருந்தே மன்னர்கள் பலரால் கொல்லப்பட்ட தூதர்களைப் பற்றிய கருப்புப் பக்கங்கள் கொண்டதாகவே உள்ளது. கிமு நானூறுகளிலேயே பாரசீக மற்றும் ரோமானியத் தூதுவர்கள் கொல்லப்பட்டுள்ளனர். 2022-ல் கூட லூக்கா அதனேசியோ என்ற இத்தாலி நாட்டுத் தூதுவர் கொல்லப்பட்டார். உலக வரலாற்றில், எதிரியாக இருந்தாலும் தூதர்களைக் கொல்லக்கூடாது என்ற பண்பாட்டை பின்பற்றிய ஒரே நாடு தமிழ்நாடாகவே இருக்கவேண்டும்.

4

போர்களும் விளைவுகளும்

மன்னனின் பதிலை அறிந்துகொண்ட சுல்தான் மீண்டும் ஒரு விளக்கத்துடன் சில தூதுவர்களை அனுப்பினார். 'நாடு பிடிப்பது எங்கள் நோக்கமல்ல. இஸ்லாத்தை எடுத்துசொல்வதொன்றே நோக்கம். எங்களுக்கு நீங்கள் அனுமதி கொடுத்தால் உங்கள் நாட்டை உங்களிடமே திருப்பிக் கொடுத்து விடுகிறோம்' என்று சொல்லியனுப்பினார்.

ஆனால் தன்னிடம் எந்தக் கோரிக்கையும் வைக்கவேண்டாம், போருக்குத் தயாராகுங்கள் என்று விக்கிரமன் பதில் சொல்லி அனுப்பிவிட்டான். அதைக்கேட்ட சுல்தான், இறைவனிடம் முறையிட்டுவிட்டு, தன் தளபதிகளை அழைத்துக் கலந்தாலோசித்தார்.

அதற்குள் விக்கிரமன் பல படைகளை ஒன்றுதிரட்டி, ஒரு படைத்தளபதியின் கீழ் அப்படையை அனுப்பி வைத்தான். அப்படை மதுரையை முற்றுகையிட்டு தாக்குதலையும் தொடங்கியது. அதை எதிர்க்காவிட்டால் தேவையில்லாமல் அது பெரிய பிரச்சனையாகிவிடலாம் என்பதை யூகித்த சுல்தான்

ஒரு படைப்பிரிவைத் தேர்ந்தெடுத்து விக்கிரமனின் படையை எதிர்க்க அனுப்பி வைத்தார்.

இன்னொரு பிரிவினரை ரோம் நாட்டுத்தளபதி அப்பாஸ் மந்திரியின் தலைமையில் வைப்பாரு கடற்கரைப்பகுதிக்கு அனுப்பி வைத்தார். ஆயிரம் வீரர்களுடன் அப்பாஸ் தனது பாசறையை வைப்பாரில் அமைத்ததும், தனக்கு ஆபத்து நெருங்கிவிட்டது என்று எண்ணிய விக்கிரமன் மதுரையை மீட்கும் எண்ணத்தைக் கைவிட்டுவிட்டு வைப்பாறில் எப்படி எதிர்த்துப் போரிடுவது என்று யோசிக்க ஆரம்பித்தான்.

கடைசியில் அதிவீரபாண்டியன் என்பவன் தலைமையில் ஒரு படையை வைப்பாறுக்கு அனுப்பினான். மீன் கொடியைத் தாங்கி தம் பாசறையை நோக்கி பெரும்படை வந்துகொண்டிருந்ததை அப்பாஸ் மதுரையிலிருந்த சுல்தானுக்கு அறிவித்தார்.

விக்கிரமனின் முழு எதிர்ப்பும் வைப்பாறில் இருக்கலாம் என்று யூகித்த சுல்தான், சிக்கந்தர் என்பவரின் பொறுப்பில் மதுரையை விட்டுவிட்டு, அப்பாஸுக்கு உதவ பெரும்படையுடன் வைப்பாறுக்குச் சென்றார்.

வைப்பாறில் தளபதி அதிவீர பாண்டியனைப் பார்த்து, ‘நாங்கள் ஒருபோதும் போரை விரும்பவில்லை. பிரசாரத்துக்கான அனுமதியை மட்டுமே கேட்கிறோம்’ என்று மீண்டும் தெளிவுபடுத்தினார்.

ஆனால் நீங்களெல்லாம் ஊரைவிட்டு வெளியேறுவதுதான் உங்களுக்கு நல்லது. இல்லையேல் போர் ஒன்றுதான் வழி என்று பாண்டியத் தளபதி சொன்னான். கடைசியில் இரு தரப்பினருக்குமிடையில் போர் துவங்கியது.

விக்கிரமனின் மருமகன் சுந்தரபாண்டியனுக்கும் முஸ்லிம் படைத்தளபதி சையிது காதருக்கும் இடையில் வைப்பாரில் இரண்டு நாட்களுக்குப் போர் நடந்தது. மூன்றாம் நாள் பெரும் குதிரைப்படையுடன் வந்து சுந்தரபாண்டியன் தாக்கினான். முஸ்லிம் வீரர்களிடம் வாள், ஈட்டி போன்ற சாதாரண போராயுதங்கள் மட்டுமே இருந்தன. அதனால் அவர்களுக்குக் கடும் சேதம் ஏற்பட்டது. அதையறிந்த சுல்தான் காதருக்குத்

துணையாக சையித் ஷம்சுத்தீன் என்ற தளபதியை அனுப்பினார். போர் மீண்டும் உக்கிரம் பெற்றது. இறுதியின் ஷம்சுத்தீன் வீசிய அம்பினால் பாண்டியத்தளபதி சுந்தரன் குதிரையிலிருந்து கீழேவிழுந்து இறந்தான். தளபதி மாண்டதும் பாண்டிய வீரர்களுக்கு உற்சாகம் குறைந்துபோனது.

சுந்தரனின் தம்பி சௌந்திரன் என்பவன் போரைத்தொடர்ந்தான். அதில் தளபதி சையிது காதிர் இறந்துபோனார். அந்தி மயங்கிய நேரத்தில் ஒப்பந்தப்படி போரை நிறுத்திவிட்டு, இரு தரப்பினரும் தம்பக்கம் இறந்த வீரர்களின் உடல்களைத் தூக்கிவந்தனர். போரில் பல முஸ்லிம் வீரர்கள் இறந்திருந்தாலும் அவர்களது மறைவு இறைவனது பாதையில் இருந்ததை எண்ணி சுல்தான் ஆறுதலடைந்தார்.

பாண்டிய வீரர்களுக்கும் முஸ்லிம்களுக்கும் நடந்த முதல் போரில் இறந்த முஸ்லிம் வீரர்கள் முறைப்படி அடக்கம் செய்யப்பட்டனர். தளபதி சுந்தரனின் இறப்பு விக்கிரமனுக்குப் பெரும் துயரத்தைக் கொடுத்தது. ஆனாலும் முஸ்லிம்களின் பக்கமும் ஒரு தளபதி இறந்ததை நினைத்து ஆறுதலைடந்துகொண்டான்.

முஸ்லிம்களிடம் ஏதேனும் மறைமுக ஒப்பந்தம் வைத்துக்கொண்டானோ என்று தளபதி அதிவீரனின்மீது முதலில் விக்கிரமன் சந்தேகப்பட்டான். ஆனால் குலதெய்வமான மீனாட்சியின்மீது ஆணையிட்டு அதிவீரன் சொன்னதும் நம்பி அவனை நால்வகைப் படைகளுக்கும் தலைமைத்தளபதியாக நியமித்தான். அவன் தலைமையின்கீழ் சௌந்திரன், ஜெயசூரன், பராக்கிரமன், கரிகாலன், குலசேகரன் எனும் ஐந்து தளபதிகளை நியமித்து பெரும்படை ஒன்றை உருவாக்கினான்.

மீண்டும் போர்செய்யும் எண்ணம் பாண்டியர்களுக்கு இருப்பதை ஒற்றர்கள் மூலம் சுல்தான் தெரிந்துகொண்டார். எனவே தற்காப்புக்காக தன் படையினரைத் திருத்தி அமைக்கவேண்டிய சூழல் உருவானது. அமீர் அப்பாஸைத் தலைமைத் தளபதியாகவும், உமய்யா, சையிது முஹ்யித்தீன், ஷம்சுத்தீன், ஜெய்னுல் ஆபிதீன் ஆகியோரைத் தளபதிகளாகவும் நியமித்து அவர்களின் கீழ் மூவாயிரம்பேர் கொண்ட படையினை உருவாக்கினார். பலமுறை பாண்டியர்களோடு சுல்தான் சமர்

செய்திருந்தாலும் படையை இப்படி அணிவகுத்துச் செயல்படுவது முதல்முறையாக இருந்தது.

இரண்டாம் முறையாக நடக்க இருந்த போருக்குத் தன் மூத்த மகன் இந்திரனை வேப்பம்பூ மாலை அணிவித்து தலைவனாக்கி, வீரவசனமெல்லாம் பேசி வீரர்களை விக்கிரமன் அனுப்பி வைத்தான். போர் உக்கிரமாக நடந்தது. தளபதி அதிவீரனோடான சண்டையில் அப்பாஸ் கொஞ்சம் பின்வாங்க வேண்டியிருந்தது. மரங்களடர்ந்த ஒரு பள்ளத்தாக்கில் மறைந்துகொண்டு பாண்டிய வீரர்கள் போரிட்டதால் அவர்களை நெருங்குவது சிரமமானது தளபதி அப்பாஸுக்கு. அவரது புது யுக்தியின்படி பல வீரர்கள் மாறுவேடம் அணிந்துகொண்டு பகைவர்கள் இருந்த பக்கம் போய் அங்கிருந்த மரங்களுக்குத் தீவைத்தார்கள். பள்ளத்தாக்கு பெரும் காடாக இருந்ததால் விரைவில் தீ எங்கும் பரவியது. இதனால் பாண்டியப்படை கொஞ்சம் பின்வாங்கியது. அதைப்பயன்படுத்தி அப்பாஸ் முன்னேறிச் சென்றார்.

இன்னொரு பக்கம் தளபதி ஷம்சுத்தீன் பராக்கிரமனின் காலை வெட்டிப்போட்டார். அவன் படுகாயமுற்றதால் தலைமைதாங்க முடியாமல் போனது. எனவே அவனது படையினர் அதிவீரனின் படையோடு இணைந்து சண்டையிட்டனர்.

அமீர் அப்பாஸும் ஷம்சுத்தீனும் கடுமையான எதிர்ப்பு கொடுத்தனர். ஷம்சுத்தீனின் வாள் வீச்சில் அதிவீரன் இறந்து போனான். அதைக்கேள்விப்பட்ட இந்திரன் இன்னொரு முனையில் தளபதி ஜெய்னுல் ஆபிதீனை எதிர்த்துப் போரிட்டுக்கொண்டிருந்த ஜெயசூரனை அதிவீரனின் இடத்தில் போர்செய்யச் சொன்னார். அமீர் அப்பாஸ், ஷம்சுத்தீன் ஆகியோரை எதிர்த்துப் போரிட்ட ஜெயசூரன் ஒரு உபாயம் செய்தான்.

அவன் ஏற்கெனவே தன் படையினரில் பெரும்பகுதியினரை ஒரு பள்ளத்தாக்கில் ஒளிந்திருக்கச் செய்தான். கொஞ்சம் வீரர்களோடு ஷம்சுத்தீனை எதிர்த்துப் போரிட முடியாததுபோல் நடித்து அப்பள்ளத்தாக்கை நோக்கி அவர்கள் ஓடினார்கள். ஷம்சுத்தீனும் அவரது சிறு படையினரும் அவனைத்துரத்திக்கொண்டே ஓடினர். பள்ளத்தாக்கில் மறைந்திருந்தவர்கள் ஷம்சுத்தீனைச் சூழ்ந்துகொண்டு

தாக்கினர். அந்த இடத்திலேயே ஷம்சுத்தீனும் அவரது படையினரில் சிலரும் இறந்தனர்.

ஜெயசூரன், குலசேகரன், கரிகாலன் ஆகிய மூப்பெரும் தளபதிகள் தம் படையுடன் ஒரு பக்கமும், சையிது முஹ்யித்தீன், அமீர் அப்பாஸ், உமைய்யா, ஜெய்னுல் ஆபிதீன் ஆகிய நான்கு தலைவர்களும் இன்னொரு பக்கமும் நின்று மூன்றாவது போரைத்துவக்கினர்.

படுவேகமாகக் களத்தில் சுற்றிக்கொண்டிருந்த ஜெயசூரன் குதிரையிலிருந்து தவறிக்கீழே விழுந்து படுகாயமடையவே, சிகிச்சைக்காக எடுத்துச்செல்லப்பட்ட வழியில் இறந்து போனான். அப்போது இடியுடன் கூடிய மழை பெய்ததால் இரு தரப்பினரும் போரை தற்காலிகமாக நிறுத்தினர். அதுவரை நடந்த போரில் நூற்றுக்கு மேற்பட்டவர்கள் இறந்திருந்தனர்.

அதீவீரன், ஜெயசூரன் போன்ற வீரர்களின் மறைவு விக்கிரமனுக்கு வேதனை கொடுத்த போதும் வெற்றியடையும்வரை ஓயக்கூடாது என்று சபையைக்கூட்டி முடிவு செய்தனர். முஸ்லிம்களின் பகுதியில் அதேபோலவே வெற்றி அல்லது வீரமரணம் என்று முடிவு எடுக்கப்பட்டது.

அப்பாஸ் மந்திரியும் இந்திரனும்

தன் மூத்த மகன் இந்திரனை படைத்தளபதியாக நியமித்து பாண்டிய மன்னன் போருக்கு அனுப்பினான். அதிக ஆயுதங்களோடு பாண்டிய வீரர்கள் களமிறங்கியிருந்தனர். தம் அரசரின் மகனின் தலைமையில் போரிடுகிறோம் என்பது பாண்டிய வீரர்களுக்கொரு தெம்பையும் துணிவையும் கொடுத்திருந்தது. இந்திரனை அப்பாஸுும் அவரது சிறுபடையினரும் மட்டுமே எதிர்த்துக்கொண்டிருந்தனர்.

தளபதிகள் முஹ்யித்தீனும், உமய்யாவும் வேறு இடங்களில் பாண்டியப்படைகளுடன் போர் செய்துகொண்டிருந்தார்கள். எனவே நெருக்கடியான அந்த நேரத்தில் அப்பாஸுக்கு உதவ அங்கே யாருமில்லை. தன்னால் இயன்றவரை போரிட்டுக் கொண்டிருந்த அப்பாஸ் ஒரு கட்டத்தில் இந்திரனின் வாளுக்கு இரையானார். அவர் இறந்ததையே தங்களுக்குப் பெருவெற்றியாக பாண்டியர்கள் நினைத்தனர்.

தளபதி அப்பாஸின் மறைவு முஸ்லிம் வீரர்களுக்கு பெரும் அதிர்ச்சியையும் ஆவேசத்தையும் உண்டக்கியது. ஆனாலும் தளபதி முஹ்யித்தீன் இந்திரபாண்டியனை எதிர்த்தார். ஒரு கட்டத்தில் களைப்புற்ற இந்திரன் தன் தம்பி சந்திரனை தளபதியாக்கிப் போரிட வைத்தான்.

ரொம்ப தாகமாக இருந்ததால் தண்ணீர் இருக்கும் இடத்தைத்தேடிச் சென்றார் தளபதி முஹ்யித்தீன். அவரைத் துரத்திக்கொண்டே சென்றான் சந்திரன். வழியில் உணவருந்திக் கொண்டிருந்த சில முஸ்லிம் வீரர்கள் அவனைக் கைது செய்தனர். உணர்ச்சி வசப்பட்ட சந்திரன் அங்கேயே தற்கொலை செய்துகொண்டான்.

தளபதி அமீர் அப்பாஸ் இறந்துவிட்டதால் போரை சில நாட்களுக்கு ஒத்திவைக்க சுல்தான் விரும்பினார். ஆனால் அந்த முயற்சியை பாண்டியர்கள் விரும்பவில்லை. முடிந்தவரை விரைவில் முஸ்லிம்களை ஒழித்துக்கட்டிவிடவேண்டும் என்பதில் அவர்கள் தீவிரம் காட்டினார்கள். எனவே போர் தொடர்ந்து நடைபெற்றது.

தளபதி முஹ்யித்தீனின் வீரம் பாண்டிய வீரர்களை பின்னடையச் செய்தது. பாண்டிய வாகனங்கள், போர்க்கருவிகள் போன்றவற்றை முஸ்லிம் வீரர்கள் கைப்பற்றினர். ஏதோ ஒரு காரணத்தினால் பாண்டியப்படைகளுக்குள்ளேயே ஒரு பெரிய கலவரம் ஏற்பட்டது. அதைச் சமாளிப்பது இந்திரனுக்குப் பெரிய பிரச்னையாக இருந்தது. எனவே போரை நிறுத்திவிட்டு என்னிடம் வாருங்கள் என்று உத்தரவிட்டான்.

இருதரப்பினரும் தற்காலிகமாக போரை நிறுத்திவிட்டுக் கொஞ்சம் ஓய்வெடுக்கத் தத்தம் இருப்பிடம் சென்றனர். பாண்டிய நாட்டினுள் முஸ்லிம் படையினர் பதிமூன்று மைல் தூரம் முன்னேறியிருந்தனர். ஆனால் இரு நூற்றுக்கும் மேற்பட்ட முஸ்லிம் வீரர்களும் முக்கிய தளபதிகளும் இறந்திருந்தனர்.

இஸ்லாத்தில் இணைந்த பாண்டிய வீரர்கள்

கைது செய்யப்பட்டு சுல்தான் முன் கொண்டுவரப்பட்ட பாண்டிய வீரர்கள் இஸ்லாத்தை ஏற்றுக்கொள்வதாகக்கூறினர். ஆனால் அச்சத்தின் காரணமாக அப்படிச் செய்யவேண்டாம்,

உண்மையிலேயே இதயபூர்வமாக இணைவதாக இருந்தால் செய்யுங்கள் என்று சுல்தான் கூறினார்.

ஏற்கெனவே இஸ்லாத்தில் இணைய எண்ணம் கொண்டிருந்த தாகவும், ஆனால் பாண்டிய மன்னர் அதற்கு அனுமதிக்கவில்லை என்றும் அவ்வீரர்கள் கூறினர். அதன்பிறகு அவர்கள் சுல்தானால் கலிமா சொல்லிக்கொடுக்கப்பட்டு இஸ்லாத்தில் இணைக்கப் பட்டனர். முகவைப்பகுதி மன்னனாகிய விக்கிரமனுடன் போர் தொடங்கிய பிறகு முதலில் இஸ்லாத்துக்கு வந்தவர்கள் இவர்கள்தான்.

தன் மகன் தற்கொலை செய்துகொண்டதற்கும், போர்க்களத்தில் ஏற்பட்ட சில பிரச்சனைகளுக்கும் தனது வீரர்களில் சிலர் காரணமாக இருக்கலாம் என்று நினைத்த விக்கிரமன் யார்யார்மீது சந்தேகம் இருந்ததோ அவர்களையெல்லாம் கைது செய்தான். இனிமேல் ராஜதுரோகம் யாராவது செய்தால், கைது அல்ல; அவரது தலை கொய்யப்படும் என்று எச்சரித்தான்.

பின்னர் தன் தம்பியை நோக்கி, 'குலசேகரா, நீ ஆராய்ந்து பார்க்காமல் அந்நியருக்கு நம் நாட்டில் தங்க இடம் கொடுத்ததனால்தான் இன்று நாம் அவதிப்படுகிறோம். எனவே இவர்களை ஒழித்துக்கட்ட வேண்டிய கட்டாயம் உள்ளது. ஒன்று நீ தலைமை ஏற்றுக்கொள், அல்லது நான் ஏற்றுக்கொள்கிறேன்' என்று தன் முடிவைக்கூறினான்.

'போரை உடனே தொடராவிட்டால், போதிய அவகாசம் பெற்று முஸ்லிம் படையினர் பெரும்படையுடன் வந்து நம்மைத் தாக்கலாம். எனவே நாம் உடனே படைதிரட்டிக்கொண்டு செல்லவேண்டும்' என்று கூறினான்.

இந்திரன் தலைமையிலும், குலசேகரன் தலைமையிலுமாக இரண்டு படைகளை போர்க்களத்துக்கு அனுப்பத் திட்ட மிட்டான் விக்கிரமன். அவன் திட்டத்தை அறிந்துகொண்ட இஸ்லாத்தை ஏற்றுக்கொண்டிருந்த பாண்டிய வீரர்கள் ஒரு உபாயம் செய்தனர். கைதிகளாக இருந்து தப்பித்து ஓடி வந்தவர்களைப்போல பாண்டியன் முன் வந்து நின்றனர். எதிரிகளின் நிலைபற்றி மன்னன் விசாரிக்க, 'இன்னும் கொஞ்ச நாளில் அவர்களுக்கு ஒரு திருவிழா நாள் வரவிருக்கிறது. அப்போது போரிலெல்லாம் ஈடுபடாமல் அவர்கள் தொழுகையிலும் ஓய்விலும் இருப்பார்கள். அப்போது நாம்

சென்றால் அவர்களை எளிதில் வென்று கைது செய்யலாம்' என்று கூறினர்.

அவர்கள் சொன்னதை நம்பிய விக்கிரமன் போருக்குச்செல்லத் தயாராக இருந்த தன் படையினரை கொஞ்சம் தாமதிக்கச் சொன்னான். இதை ரகசியமாக அறிந்துகொண்ட சுல்தான் தம் படைவீரர்களுடன் பவித்திரமாணிக்கப்பட்டனம் என்று அந்நாளில் அறியப்பட்ட ஏர்வாடிக்கு அருகில் கடற்கரை வழியாகத் தன் படைகளைக் கொண்டுபோய் நிறுத்தி வைத்தார்.

பண்டிகை தினத்தன்று காத்துக்கொண்டிருந்த விக்கிரமன் தன் தலைநகருக்கு வெகு அருகாமையில் எதிரிப்படையினர் முகாமிட்டிருப்பதை அறிந்து கோபமும் ஏமாற்றமும் அடைந்தான். மிகுந்த சினத்துடன் குலசேகரன், இந்திரன் ஆகியோரது தலைமையில் படைகளை அணிவகுத்துத் திரட்டிக்கொண்டு ஏர்வாடி நோக்கிச் சென்றான்.

குலசேகர பாண்டியனின் மரணம்

சையித் அபூதாஹிர் சையத் முஹ்யித்தீன் ஆகியோரது தலைமையில் முஸ்லிம்களின் படைகள் அணிவகுத்து நின்றன. பாண்டியப்படையை விக்கிரமனும், முஸ்லிம் படையை சுல்தானும் மேற்பார்வை செய்தனர்.

போர் மிகவும் கடுமையாக இருந்தது. தளபதி முஹ்யித்தீனால் பலத்த தாக்குதலுக்குள்ளான குலசேகரன் அவ்விடத்திலேயே இறந்தான். இன்னொரு தளபதியான இந்திரன் முஹ்யீத்தீனைக் கொன்றான். ரத்தவெள்ளத்தில் கிடந்த முஹ்யித்தீனின் உடலைப்பார்த்து சுல்தான் கலங்கினார். விக்கிரமனும் தன் தம்பி குலசேகரனுக்காக வேதனைப்பட்டான். ஆனால் மீண்டும் போரைத்துவக்கினான்.

பராக்கிரமனும் இந்திரனும் பாண்டியப்படைகளுக்குத் தலைவர்களாகவும், சையிது அபூதாஹிரும் உமய்யாவும் முஸ்லிம் படைகளுக்குத் தலைவர்களாகவும் செயல்பட்டனர். போரை நீடிக்க வைத்தால் உணவில்லாமல் முஸ்லிம்கள் கஷ்டப்படுவார்கள் என்று பாண்டியப்படையினர் நினைத்தனர். ஆனால் அவர்களின் எண்ணம் பலிக்கவில்லை. முஸ்லிம்கள் எல்லா சூழ்நிலைகளுக்கும் தயாராகவே வந்திருந்தனர்.

மாறுவேடமணிந்துகொண்டு பராக்கிரமன் தளபதி உமய்யாவை நோக்கிச் சென்றான். அவனை முஸ்லிம் என்று நினைத்த பாண்டிய வீரர்கள் வெட்டினர். படுகாயமுற்ற பராக்கிரமன் அவ்விடத்திலேயே இறந்தான். அவனை முஸ்லிம் என்று நினைத்து உரிய முறையில் அடக்கம் செய்ய முஸ்லிம் வீரர்கள் எடுத்து வந்தபோது அது பாராக்கிரமன் என்று தெரிந்ததும், அவ்வுடலை பாண்டியர்களிடம் சுல்தான் ஒப்படைத்தார்.

அதுவரை ஐந்து போர்கள் நடந்து முடிந்திருந்தன. பாண்டியத்தளபதி மீண்டும் போரைத்துவக்கினான். அவனை தளபதி ஜெய்னுல் ஆபிதீன் எதிர்த்தார். ஆனால் இந்திரன் அவரிடம் ஒரு பொய் சொன்னான். மார்க்கப்பிரசாரத்துக்கு மன்னன் அனுமதி கொடுத்துவிட்டான் என்றும், அதனால் போரிடாமல் திரும்பிச்சென்று உங்கள் தலைவரிடம் தெரிவியுங்கள் என்றும் ஆபிதீனிடம் கூறினான். அதை நம்பி தன் படையுடன் திரும்பிச்சென்றவர்களை பள்ளத்தாக்கில் மறைந்திருந்த பாண்டியப்படையினர் தாக்கினர். அதில் ஜெய்னுல் ஆபிதீன் தலை வெட்டப்பட்டு உயிரிழந்தார்.

அதைக்கேள்விப்பட்ட சுல்தான் உடனே தன் மகன் அபூதாஹிரை ஒரு படையுடன் சென்று இந்திரனை எதிர்க்குமாறு பணித்தார். அபூதாஹிரும் அப்படியே செய்ய உடனே புறப்பட்டார். கதிரவன் மறையும்வரை கடுமையான போர் நடந்தது.

வழக்கத்துக்கு மாறாக அன்று இரவு இந்திரன் முஸ்லிம்கள் தங்கியிருந்த பாசறையை நோக்கி ஒரு படையுடன் சென்றான். நள்ளிரவிலும் விழிப்புடன் காவல் புரிந்துகொண்டிருந்த காவலர்கள் சுல்தானுக்கு அவ்விஷயத்தைத் தெரிவித்தனர். எனவே தன் மகன் அபூதாஹிரின் தலைமையில் சுல்தான் ஒரு படையை அனுப்பினார்.

மறைந்திருந்த முஸ்லிம் வீரர்கள் பாண்டியப்படையினரைக் கொஞ்சதூரம் முன்னேறவிட்டு தக்க தருணத்தில் சுற்றி வளைத்தனர். அங்கே இந்திரனுக்கும் அபூதாஹிருக்கும் நடந்த சண்டையில் இந்திரன் ‘இந்திரலோகம் சென்றான்’ என்று தன் நூலில் வர்ணிக்கிறார் தேங்கை ஷர்ஃபுதீன்! விஷயம் அறிந்த விக்கிரமன் வேதனைப்பட்டான்.

ஆனாலும் தளராது ஒரு வெள்ளிக்கிழமையன்று விக்கிரமன் போரைத்தொடர வீரர்களை அனுப்பினான். முஸ்லிம் வீரர்கள்

அன்று வெள்ளிக்கிழமை ஜுமு'ஆ தொழுகையில் ஈடுபட்டிருந்தனர். அந்த நேரத்தில் உள்ளே நுழைய முயன்ற பாண்டியரை வெளியே காவலுக்கு நின்றுகொண்டிருந்த உமய்யா தடுத்தார். வெகுண்ட விக்கிரமன் உமய்யாவை வெட்டிக்கொன்றான்.

விண்ணிலிருந்து வந்த உணவும் அபூதாஹிரின் இறப்பும்

தொழுகையை முடித்து வெளியே வந்த முஸ்லிம்களால் பாண்டிய வீரர்களைத் துரத்த முடியவில்லை. அங்கே மீண்டும் ஒரு போர் உருவானது. அப்போது அங்கே முஸ்லிம்களுக்கு உணவு நெருக்கடி ஏற்பட்டது.

உரிய நேரத்தில் உணவு கொடுக்கப்படாவிட்டால் அது நிலைமை மேலும் சீர்கேடடையும் என்று உணர்ந்துகொண்ட சுல்தான் இறைவனிடம் இரு கரமேந்தி பிரார்த்தித்தார். உடனே அங்கே ஓர் அற்புதம் நிகழ்ந்தது. விண்ணிலிருந்து உண்ணத்தகுந்த ஒரு பறவைக்கூட்டத்தை இறைவன் அவர்களுக்காக அனுப்பினான். அவற்றின் வாய்களில் உண்ணத்தகுந்த பல பழங்களும் இருந்தன. அப்பறவைகளை முறைப்படி அறுத்து, அவற்றையும் அப்பழங்களையும் உண்டு முஸ்லிம் வீரர்கள் பசியடங்கி புதுத்தெம்பு அடைந்தனர்.

புதுவேகத்துடன் போரிட்ட முஸ்லிம் படையினரின் தாக்குதலை சமாளிக்க முடியாமல் விக்கிரமன் ஓட்டம் பிடித்தான். பெருத்த ஆயுத இழப்புக்கு பாண்டியப்படை ஆளாகி இருந்ததால் மீண்டும் அவர்களை போருக்கு அனுப்புவது சரியல்ல என்றும், முடியாத காரியம் என்றும் விக்கிரமன் விளங்கிக்கொண்டான்.

அந்த அரிய வாய்ப்பைப் பயன்படுத்திக்கொண்டு விக்கிரமனை படையுடன் சென்று எதிர்க்கும்படி தன் மகன் அபூதாஹிரிடம் சுல்தான் சொன்னார். அப்போது விக்கிரமன் நிராயுதபாணியாக இருந்தான். அந்த நேரத்தில் அவனால் போரைத்துவக்கவோ தொடரவோ முடியாது. எனவே தன் தூதுவர்கள் மூலம் ஒரு பொய்யான தகவலை அபூதாஹிருக்கு அனுப்பினான்.

அதன்படி, தன் உறவினர்களில் பெரும்பாலானோர் போரை விரும்பாததால், சமாதானம் செய்துகொள்வது தொடர் பாகத்தான் ஆலோசனை நடத்திக்கொண்டிருப்பதாகவும் அதில்

குறிப்பிட்டிருந்தான். அதை நம்பிய அபூதாஹிரும் தொடர்ந்து தாக்குதல் செய்யாமல் நிறுத்திக்கொண்டார்.

அந்த அவகாசத்துக்குள் வேண்டிய படைகளைத் திரட்டிக்கொண்டு சென்ற விக்கிரமன் மீண்டும் முஸ்லிம் படையினரைக் கடுமையாகத் தாக்க ஆரம்பித்தான். கடும் கோபத்துடன் அபூதாஹிரும் எதிர்த்து சண்டையிட்டார். அவருக்கான உதவிப்படைகள் விரைந்து வந்தபோதிலும் விக்கிரமனை விரட்டியடிப்பது கஷ்டமாகிப்போனது. இறுதியில் எண்ணற்ற அம்புகள் அவர் உடம்பில் தைக்க, அபூதாஹிர் அங்கேயே இறந்தார்.

அபூதாஹிரைக் கொன்றுவிட்ட சந்தோஷத்தில் விக்கிரமன் கர்ஜித்தான். ‘உங்கள் தலைவருக்கு உண்மையில் வீரம் இருக்குமானால் என்னோடு இப்போது வந்து போர்புரியச் சொல்லுங்கள். பாண்டிய குலத்தின் வீரத்தினைக் காட்டாத வரையில் நான் என் கழுத்திலிருக்கும் வேப்பம்பூ மாலையைக் கழற்ற மாட்டேன்’ என்று கர்ஜித்தான்.

விக்கிரமன் இறப்பும் பிறைக்கொடி ஆட்சியும்

சுல்தானின் கோட்டைகளாக இருந்த தளபதிகள் அனைவரும் இறந்திருந்தனர். அன்பு மகன் அபூதாஹிரும் கொல்லப் பட்டிருந்த நிலையில் தானே போருக்குத் தலைமை ஏற்க வேண்டிய நிலை சுல்தானுக்கு ஏற்பட்டது. சமயப்பிரசாரத்துக்கு மட்டும் அனுமதி கொடுத்தால் வீணாக ரத்தம் சிந்த வேண்டியதில்லை என்று மீண்டும் சுல்தான் விக்கிரமனிடம் சொல்லியும் அவன் கேட்கவில்லை. போரைத்துவக்கினான்.

அது இறுதிப்போராக இருந்ததால் அது ஒரு உச்சகட்டத்தை அடைந்திருந்தது. ஆறு நாட்கள் போர் நடந்தது. யாருக்கும் கணிசமான வெற்றி கிடைக்கவில்லை. அலுத்துப்போனது விக்கிரமனுக்கு. பாதுகாப்பு அரண் அமைத்துக்கொள்ளத் தன் இருப்பிடம் சென்றான். ஆனால் அரண்மனையை முற்றுகையிட சுல்தான் முயன்றார். ஆனால் பாண்டியப்படைகள் கடுமையாக எதிர்த்ததனால் அம்முயற்சி முதலில் கைவிடப்பட்டது. இரண்டு நாட்கள் கடுமையான போருக்குப்பின் மீண்டும் சுல்தான் முயற்சி செய்தார். ஆனால் கோட்டைக்குள்ளிருந்து பாண்டிய வீரர்கள் அம்புமாரி பொழிந்தார்கள். ஆனாலும் இறுதியாக சுல்தான்

கோட்டைக்குள் நுழைந்துவிட்டார். சரணடைந்துவிடுமாறு சுல்தான் கேட்டுக்கொண்டும் அவன் மறுத்தான்.

யாராக இருந்தாலும் அப்படித்தான் செய்திருப்பார்கள். அதுவும் பாண்டிய நாட்டின் மன்னனுக்கு அந்த நிலை ஏற்படும்போது அவன் சரணடைந்திருந்தால் அது வரலாற்றில் பாண்டியர்களுக்கு பெரிய அவமானமாகப் போயிருக்கும். எனவே சுல்தானை எதிர்த்து அவன் சண்டையிட்டான். முடிவில் அங்கேயே இறந்துபோனான்.

எஞ்சிய படைகள் சுல்தானிடம் சரணடைந்தன. அன்று முதல் இராமநாதபுரம் சுல்தானின் ஆளுகையின்கீழ் வந்தது. ஹிஜ்ரி 583-ம் ஆண்டு (கிபி 1187) துல்காயிதா மாதம் மீன்கொடி பறந்த பாண்டிய நாட்டில் பிறைக்கொடி பறக்கத்தொடங்கியது.

விக்கிரமனின் சொத்துகளனைத்தையும் சுல்தான் அவனது சொந்தங்களுக்கு உரிய முறையில் பகிர்ந்தளித்தார். அரச குடும்பத்தினரின் உடல், பொருள், மானம் முதலியவற்றின் பாதுக்காப்புக்கு வாக்களித்தார்.

தமிழ்நாட்டில் இஸ்லாம்

மதுரை, ராமநாதபுரம் இரண்டு பகுதிகளையும் ஒன்றாக இணைத்து மதுரையைத் தன் தலைநகராக சுல்தான் வைத்துக்கொண்டார். குலசேகரனின் வாரிசுகள் இஸ்லாமியப் பிரசாரத்தை அனுமதித்ததால் நெல்லைப்பகுதியை அவர்களிடமே சுல்தான் விட்டுவிட்டார். இப்போது பாண்டிய நாடு முழுவதும் இஸ்லாமியத் தென்றல் வீசிக்கொண்டிருந்தது.

திடீரென்று சோழர்கள் மதுரையின்மீது படையெடுத்தனர். இஸ்லாமியப் பிரசாரத்துக்கு தடைவிதிக்கக்கூடாது என்ற நிபந்தனையுடன் மதுரைப்பகுதியை சோழர்களிடம் சுல்தான் ஒப்படைத்தார் என்று தேங்கையாரின் நூல் கூறுகிறது.

ஆனால் இது நடக்க எவ்வளவு காலம் ஆனது என்ற விபரம் இல்லை. இஸ்லாமியப் பிரசாரம் மட்டுமே சுல்தானின் குறிக்கோளாக இருந்திருக்கலாம். ஆனால் அதற்காக கஷ்டப்பட்டு, பல வீரர்களின் உயிரைக்கொடுத்தும் எடுத்தும் கைப்பற்றப்பட்ட மதுரையை அவ்வளவு எளிதாக சோழர்களுக்கு விட்டுக்கொடுத்தது ஒரு வீரருக்குப் புகழ்

சேர்ப்பதாக இல்லை. இந்தத் தகவலில் ஏதோ இடைவெளி உள்ளது என்றே கருதுகிறேன்.

நெல்லைப்பகுதியை குலசேகரனின் வாரிசுகளிடமும், மதுரைப்பகுதியை சோழர்களிடமும் ஒப்படைத்துவிட்டு, இராமநாத புரம் பகுதியை மட்டும் தனக்கென வைத்துக்கொண்ட சுல்தான் ஏர்வாடியைத் தன் தலைநகராக ஆக்கிக்கொண்டார்.

இஸ்லாமியப்பிரசாரமே தலையாய வேலையானது. மார்க்கத்தில் வற்புறுத்தல் இல்லை. எனவே இஸ்லாத்தை எடுத்துரைத்து இஸ்லாத்தில் இணைய அழைப்பு மட்டும் கொடுக்கப்பட்டது. அந்த எடுத்துரைத்தலில் இருந்த உண்மையை உணர்ந்துகொண்ட மக்கள் பெரும்பாலானவர்கள் இஸ்லாத்தில் இணைந்தனர். தேவையான பள்ளிவாசல்களும் கல்விக்கூடங்களும் கட்டப்பட்டன.

மதினாவிலிருந்து தன்னோடு வந்த ஐயாயிரம் பேரில் இரண்டாயிரம் பேரை மட்டும் தன்னோடு வைத்துக்கொண்டு, மூவாயிரம் பேர்களை உரிய மரியாதையுடன், வசதிகளுடன் சுல்தான் அரேபியாவுக்குத் திருப்பி அனுப்பினார்.

5

இறுதிப்போர் முதல்நாள்

எழுந்தவர் பணிந்து நின்றே இறையவன் சலாமும் கூறப்
பொழிந்தருள் கனக மாரி போன்றவர் பிரத்தி கூறிக்
கொழும்படைக் கலங்கள் பூண்டோர் இயாவரும் குழுமிச் சேர
முழங்கடல் அரியை வேங்கைக் குலங்கள்மொய்த் தென நடந்தார்

பத்துநாள் நடந்த இறுதிப்போரில் பத்தாவது நாள் திருப்பாண்டியனால் வெட்டுண்டு மயங்கி விழுந்து பின்னர் இறந்துபோனார் சுல்தான். அதையடுத்த சில நாட்களில் பட்ட காயங்களின் தீவிரத்தால் திருப்பாண்டியனும் இறந்துபோனான். அந்த வரலாற்றை வண்ணக்களஞ்சியப் புலவரின் 'தீன் விளக்கம்' என்ற போர்க்காவியம் அழகாக எடுத்துரைக்கிறது. அதை நான் இங்கே எளிய தமிழில் தருகிறேன்.

விக்கிரம பாண்டியனுக்குத் தூது

படைத்தலைவர் மந்திரி அப்பாஸையும் மற்ற துணைத் தலைவர்களையும் அழைத்து சுல்தான் கலந்தாலோசித்தார். நபிபெருமானார் அவர்களின் கட்டளைப்படியே நாம் இங்கே வந்துள்ளோம். இறைவனின் மார்க்கத்தை மக்களுக்கு எடுத்துச்சொல்வது நமது கடமை. எனவே மன்னனிடம் தூது

செல்ல இரண்டு பேரைத் தேர்ந்தெடுத்து சொல்லுங்கள் என்று அப்பாஸைக் கேட்டுக்கொண்டார். அப்படியே செய்வதாக ஒத்துக்கொண்ட அப்பாஸ் காதிர், முஹ்யித்தீன் ஆகிய இரண்டு பேர்களையும் தேர்ந்தெடுத்து சுல்தானிடம் அழைத்துச் சென்றார். அவர்களின் தகுதியைப் புரிந்துகொண்ட சுல்தான், இஸ்லாத்தை ஏற்றுக்கொண்டால் இம்மையிலும் மறுமையிலும் உங்களுக்கு நன்மையுண்டு. அதற்கு விருப்பமில்லையானால் நாம் போர்க்களத்தில் சந்திப்பதைத்தவிர வேறுவழியில்லை என்று விக்கிரமனிடம் கூறுமாறு அவர்கள் இருவரிடமும் சொல்லி அனுப்பினார்.

தூதுவர்கள் இருவரும் பவுத்திரமாணிக்கப் பட்டணத்தை அடைந்தனர். மன்னனைக்காண வந்திருப்பதாகக் கூறினர். அவர்களுக்கு அனுமதியும் கிடைத்தது. அந்நகரின் அழகையும், அத்தாணி மண்டபத்தின் அழகையும் மன்னர் அமர்ந்திருந்த பாங்கையும் வியந்துகொண்டே அவர்கள் சென்றனர்.

நீங்கள் யார், என்ன விஷயமாக வந்துள்ளீர்கள் என்று மன்னன் விக்கிரமன் கேட்டான். நாங்கள் நபிகள் நாயகத்தின் பேரரின் தூதுவர்கள் என்று தங்களை அவர்களிருவரும் அறிமுகப்படுத்திக்கொண்டனர். அவர்கள் சொன்னதைக்கேட்டு விக்கிரமன் கேலியாகச் சிரித்தான். பின்னர் அவர்கள் தாங்கள் வந்த நோக்கத்தை விபரமாக எடுத்துச்சொன்னவுடன் அவன் முகத்தில் கோபக்கனல் வீசியது. கண்டபடி அவர்களைத் திட்ட ஆரம்பித்தான். எங்கிருந்தோ வந்தவர்களுக்கு இவ்வளவு திமிரா என்று கொதித்தான். நபிகள் நாயகத்தைப்பற்றியும் சுல்தானைப் பற்றியும் ஏளனமாகப் பேசினான். நாளையே போர் துவங்கும் என்றும் சொன்னான்.

திரும்பி சுல்தான் அவர்களிடம் வந்த தூதுவர்கள் நடந்ததை எடுத்துரைத்தார்கள். அதைக்கேட்டு அப்பஸ் மந்திரியும் மற்றவர்களும் கொதித்தெழுந்தனர். அவன் கூறியபடியே மறுநாள் போருக்குத் தயராகும்படி அனைவருக்கும் சொல்லப்பட்டது.

மறுநாள் பொழுது விடிந்ததும் தளபதி அப்பாஸ் சுல்தான் அவர்களின் கூடாரத்துக்கு வந்தார். அவரைத்தொடர்ந்து மற்ற படைத்தலைவர்களும் வந்து சேர்ந்தனர். கட்டியக்காரர் அழைக்கவும் மக்கா, மதீனா மற்றும் ரோம் நாட்டுத்

தொண்டர்கள், மற்ற அரேபியர் மற்றும் கண்ணூர்ப்படையினர் அனைவரும் போருக்கு ஆயத்தமாக வந்து சேர்ந்தனர்.

அனவரின் சேவைகளையும் சுல்தான் முதலில் பாராட்டினார். உளவியல் ரீதியாக அது அனைவரையும் அடுத்த போருக்குத் தயார் செய்தது. தன் மகன் அபூ தாஹிரை பாசறைக்குக் காவலாக இருக்கச் சொன்னார். அதன்பின் தன் குதிரைமீது ஏறி போர்களம் நோக்கிச் சென்றார். அவரது படையும் அவரைப் பின்தொடர்ந்தது.

முன்னே சென்ற அரேபியர்களில் ஒருவரான இம்யானின் அச்சமூட்டும் தோற்றத்தைக்கண்டு பயந்துபோன பாண்டியப் படைவீரர்களில் ஒருவன் ஓடிச்சென்று கோட்டைத்தலைவன் ஒருவனிடம் எதிரிகளி வருகை பற்றியும் அவர்களது தோற்றம் ஏற்பத்திய அச்சத்தைப் பற்றியும் சொன்னான். கோட்டையைத்தாக்க அரேபியப்படை வந்துள்ளது என்று இறுதியாகத் தகவல் மன்னனுக்குச் சொல்லப்பட்டது.

ம்ஹூம், அரேபியர்களா என் படையை வெல்லக்கூடியவர்கள்? அவர்களின் அழிவுக்காலம்தான் அவர்களை இங்கே கொண்டுவந்து சேர்த்துள்ளது என்று இறுமாப்புடன் கூறினான். படைத்தலைவன் அதிவீரபாண்டியனை அழைத்தான். அவனது கட்டளைப்படி இந்திரபாண்டியன், சந்திரபாண்டியன் என்ற அவனது இரண்டு மகன்கள், செளந்தர பாண்டியன், சுந்தர பாண்டியன், பராக்கிரம பாண்டியன், ஜெயவீர பாண்டியன், கலிகால பாண்டியன் ஆகிய ஐந்து தளபதிகளும் அங்கு வந்து சேர்ந்தனர்.

தன் இரண்டு மகன்களையும் அழைத்து, 'என்னருமைக் குமாரர்களே, நீங்கள் அந்நியப்படைகளை அழைத்து வந்திருக்கும் அந்நியரான சையிது இப்ராஹீமைப் பார்த்து, உடனே தப்பித்து நாட்டைவிட்டு வெளியேறிப் போகச் சொல்லுங்கள். மறுத்தால், அவர்களோடு யுத்தம் செய்து, எதிரிகளை இல்லாமலாக்கி, சையிது இப்ராஹீமைக் கைது செய்து என் முன்னால் கொண்டுவந்து நிறுத்துங்கள்' என்று கட்டளையிட்டான்.

அதன்பின் இந்திரபாண்டியனுக்கு இளவரசுப்பட்டம் சூட்டி அரியணையில் அமர வைத்தான். அந்த உரிமைச்சடங்கு

முடிந்தபின் அவனைப் பலவிதமாக ஆசீர்வதித்துவிட்டு படைகளைத் தயார் செய்து போர்க்களம் நோக்கிப் புறப்பட்டான். அவன் அடிமனதில் தான் வெல்லப்படுவோம் அல்லது கொல்லப்படுவோம் என்ற எண்ணம் ஓடியிருக்க வேண்டும். இல்லையெனில் அந்த அவசரமான தருணத்தில் இந்திரபாண்டியனுக்கு இளவரசுப்பட்டம் சூட்டி அரியணையில் ஏன் அமரவைக்கவேண்டும்? ஒருவேளை இது அந்தக்கால ராஜவழக்கமாகவும் இருக்கலாம். எப்படியும் அது உளவியல் ரீதியான நடவடிக்கைதான் என்பதில் சந்தேகமில்லை.

போர்க்களத்தில் தளபதி அப்பாஸுக்கு எதிரில் வந்து நின்ற பாண்டியனின் படைத்தலைவன் தன் மன்னன் அதிவீரபாண்டியன் சொன்னபடி அப்பாஸுக்கு எச்சரிக்கை விடுத்தான்.

Not Clear

'நாங்கள் இங்கு வந்துள்ளது நாடு பிடிப்பதற்கோ அரசாள்வதற்கோ அல்ல. சன்மார்க்கப் பிரச்சாரமே நாங்கள் வந்ததன் நோக்கமாகும். இதை உங்கள் மன்னருக்கும் எங்கள் தூதுவர் மூலம் தெரியப்படுத்தியிருந்தோம். ஆனால் அவர் சொன்னதை நம்பாமல், சிந்திக்காமல், ஆத்திரப்பட்டு, வசைமொழிகள் பேசி, இப்போது போர் மூளக்கூடிய நிலையை அவர் ஏற்படுத்திவிட்டார்.

'இப்போதும்கூட காலம் கடந்துவிடவில்லை. உன் மன்னனிடம் போய் நிலமையை எடுத்துச் சொல்லி புரியவைக்கலாம். அனாவசியமான வன்முறை, அழிவு, உயிரிழப்பு போன்றவற்றைத் தவிர்க்கலாம்' என்று அப்பாஸ் அந்த எச்சரிக்கைக்கு பதில் சொன்னார்.

ஆனால் அதையெல்லாம் புரிந்துகொள்கின்ற நிலையில் அவர்கள் இல்லை. பசப்பு வார்த்தைகள் வேண்டாம். போர் புரிவோம் என்று அதிவீர பாண்டியன் பதில் கொடுத்தான். அதேவேகத்தில் அப்பாஸை நோக்கி அம்பு வீசி சண்டையைத் துவக்கினான்.

அதைப்பார்த்த அரேபியக்குலத்தலைவர் இமையான் உடனே பாய்ந்து முன்னேறித் தாக்கினார். அப்பாஸும் தன் குதிரையை வேகமாகச் செலுத்தினார். சண்டை வலுத்தது. ஜெயவீர பாண்டியனும் ஜெய்னுல் ஆபிதீனும் மோதினர். சௌந்தர

பாண்டியன் ஷம்ஸுத்தீனுடன் மோதினார். அவன் தம்பியும் மன்னனின் மருமகனுமான சுந்தர பாண்டியனை எதிர்த்து செய்யது காதிர் சமர் செய்தார். சண்டை முற்றிக்கொண்டே வந்தது. சுந்தரபாண்டியன் செய்யது காதிரை நெருங்கி அவரது குதிரையை வெட்டி வீழ்த்தினான். குதிரையுடன் அவர் கீழே விழுந்து சினத்துடன் பாய்ந்து வாளை வீச சுந்தர பாண்டியனின் தலை வெட்டுண்டு தனியாக விழுந்தது. அதோடு அவன் பக்கமிருந்து சண்டையிட்டுக்கொண்டிருந்த பல நூறு வீரர்களும் செய்யது காதிரின் வாள்வீச்சுக்கும் அவரது வீரர்களின் வாள் வீச்சுக்கும் இரையாகினர்.

இவ்விஷயம் கேள்விப்பட்ட சௌந்தர பாண்டியன் கொதித்தெழுந்தான். தன் தம்பியின் உயிரைக்குடித்தவனைக் கொல்வேன் என்று சூளுரைத்து யானை மீதேறி வந்தான். அவனுக்கும் செய்யது காதிருக்குமிடையே சண்டை தொடங்கியது. அவனது வியத்தகு போர்த்திறமையினால் செய்யது காதிரின் படையிலிருந்த பலர் மாண்டனர். அதனால் வெகுண்ட செய்யது காதிருக்கும் அவனுக்கும் நேரடித்தாக்குதல் தீவிரமடைந்தது.

யானையை காதிரின் அருகே அவன் கொண்டுவந்தபோது செய்யது காதிரின் ஆக்ரோஷமான வாள்வீச்சினால் யானையின் தும்பிக்கையும் தந்தங்களும் வெட்டுண்டு விழுந்தன. ஒரு யானையின் தும்பிக்கையும் தந்தமும் ஒரே வீச்சில் வெட்டுண்டு விழவேண்டுமெனில் அந்த வாள் வீச்சின் தீவிரம் எந்த அளவு இருந்திருக்க வேண்டும் என்று யூகிக்கலாம். யானை அலறி விழுந்தது. சௌந்தரபாண்டியனுக்கும் செய்யது காதிருக்கும் இடையே வாள் சண்டை படு தீவிரமடைந்தது.

யானை இல்லாததால் தேரில் ஏறி சண்டையைத் தொடர்ந்த சௌந்தர பாண்டியன் விலகிப்போவதுபோலப் பின்வாங்கி மறைந்தான். பின் மாறுவேடத்தில் திரும்பி வந்த அவன் எதிர்பாராத ஒரு தருணத்தில் ஈட்டியால் செய்யது காதிரின் வயிற்றில் குத்தி உருவினான். உஹதுப்போரில் ஹம்ஸா அவர்களை மறைந்திருந்து ஈட்டியால் குத்தி சாகடித்த வஹ்ஷியைப்போல.

அவர் வீழ்ந்துவிட்டதை அறிந்த தளபதி அப்பாஸ் அந்த இடத்தை நிரப்ப படைத்தலைவர்களுள் ஒருவரான ஷம்சுத்தீன் என்பவரை அப்பகுதிக்கு அனுப்பினார். செய்யது காதரின்

வீரமரணம் அவரது வேகத்தயும் வெறியையும் கூட்டியிருந்தது. நெடுநேர வாட்போருக்குப்பின் சௌந்தர பாண்டியனுக்குக் கொஞ்சம் களைப்பு ஏற்பட்டது. அந்த சமயத்தில் ஷம்சுத்தீனின் வாள் வீச்சுக்கு அவன் பலியானான். அவனது படையினர் அதைக்கண்டு அதிர்ச்சியில் சிதறியோடினர்.

செய்யது காதிரின் உடலை ஷம்சுத்தீன் தளபதி அப்பாஸிடம் கொண்டுவந்தார். அவரது கட்டளைப்படி போர்க்களத்தில் எஞ்சியிருந்த பாண்டிய வீரர்கள் சிறைப்பிடிக்கப்பட்டனர். படைத்தலைவர்கள் சுல்தான் இருந்த இடத்துக்குச்சென்று நடந்ததையெல்லாம் கூறினர். செய்யது காதிருக்குக் கிடைத்த ஷஹீது (உயிர்த்தியாகி) பதவி குறித்தும் அவரிடம் கூறினர். அவரது உடலை ஒரு பெட்டியில் பத்திரப்படுத்தி அனைவரும் தங்கள் பாசறைக்குச் சென்றனர்.

இரு தளபதிகளை இழந்து இந்திரபாண்டியன் முன் படைத்தளபதி அதிவீரபாண்டியன் சென்றபோது இளவரசனின் கடும் கண்டனத்துக்கு ஆளானான். பிறகு போரில் இறந்த அந்த இரண்டுபேரின் உடல்களையும் பல்லக்குகளில் ஏற்றிக்கொண்டு அனைவரும் விக்கிரம பாண்டியன் முன் சென்றனர்.

போர்க்களத்தில் நடந்தவற்றையெல்லாம் அறிந்துகொண்ட மன்னன் கடுமையான கோபம் கொண்டான். ஆனால் என்ன செய்வது? இரண்டு மருமகன்களையும் இழந்துவிட்டான். அது அவனது வேதனையைப் பெருக்கியது. சுல்தான் செய்யது இப்ராஹீமின் படையினர் வீரத்தால் அல்ல, ஏதோவொரு மாயமந்திரத்தால்தான் வெற்றி பெற்றுள்ளனர். மறுநாள் நடக்க இருக்கும் போரிலாவது சுல்தானின் மகன் அபூதாஹிரை சிறைப்பிடித்து என் முன்னால் கொண்டுவந்து நிறுத்துங்கள் என்று உத்தரவிட்டான். அத்துடன் அன்றைய சபை கலைந்தது.

இறைவா, சன்மார்க்க நெறியை பாண்டிய நாட்டில் பரப்பிட கருணை புரிவாயாக என்று சுல்தான் சையித் இப்ராஹீம் இரவெல்லாம் இறைஞ்சினார்.

மறுநாள் பொழுது புலர்ந்தது.

6

இரண்டாம் நாள் போர்

சசிதனை அழைத்துக் காட்டித் தரும் முகம்மதுதன் பேரர்
உசித நற்புதுமை காட்டும் ஒலி இபுராஹீம் வள்ளல்
நிசி இராவினில் வணங்கும் வணக்கங்கள் நிறைவு செய்து
ஃபஜ்ர் தொழுது இனிதிருந்தார் படைத்து அளிப்போனைப் போற்றி

பொழுது புலர்ந்ததும் சுல்தான் அவர்கள் அப்பாஸ் போன்ற முக்கிய வீரர்களை அழைத்தார். அன்றைய போரில் என்னென்ன செய்யவேண்டும், என்னென்ன தந்திரங்கள் கையாளப்பட வேண்டும் என்பதையெல்லாம் விளக்கிச் சொன்னார்கள். அதோடு போரை விரைவிலேயே முடிவுக்குக் கொண்டுவர வேண்டும் என்றும், படைகளை இரண்டு பிரிவுகளாகப் பிரித்து ஒன்றுக்கு இமையானும் இன்னொன்றுக்கு அப்பாஸூம் தலைமை ஏற்கவேண்டுமென்றும் சொன்னார். சுல்தானின் மகனார் சையிது அபூதாஹிர் பாசறைக்குக் காவலாக நியமிக்கப்பட்டார். மைத்துனர் ஜெய்னுல் ஆபிதீன், ஷம்சுத்தீன், முஹ்யித்தீன் போன்ற தளபதிகளும் இரண்டாம்நாள் போருக்கு ஆயத்தமாயினர். பின்னர் அனைவரும் போர்க்களம் சென்றபின் பாண்டியனை போருக்கு வருமாறு தகவல் அனுப்பினர்.

செய்தி கிடைத்ததும் விக்கிரம பாண்டியன் சற்று வியப்பும் கோபமும் அடைந்தான். மறுநாளும் எதிரிப்படை சண்டைக்கு வரும் என அவன் எதிர்பார்க்கவில்லை. சேனாதிபதி அதிவீரபாண்டியனை அழைத்தான்.

'நீ நேற்று கூறியவற்றிலிருந்து எதிரிகள் சிதறிக்கலைந்து விட்டனர் என்று தோன்றியது. நீ நேற்று எதிரிப்படையின் சேனாதிபதியோடு வெகுநேரம் பேசிக்கொண்டிருந்ததாக ஒற்றர்கள் மூலம் எனக்குத் தகவல் கிடைத்தது. நேற்று நீ தோற்று வந்ததையும், இன்று அவர்கள் மீண்டும் போருக்கு அழைப்பதையும் பார்க்கும்போது நீ துரோகியாக மாறி நாட்டைக் காட்டிக்கொடுக்கிறாயோ என்று எனக்கு சந்தேகம் வருகிறது என்று குற்றம் சாட்டினான்.

அதைக்கேட்டு அதிவீரபாண்டியன் துடித்தான். தன்னிடம் தளபதி அப்பாஸ் கூறியதையெல்லாம் திரும்பச்சொல்லி, தான் குற்றமற்றவன் என்று மதுரை சொக்கேசர் மீதும் அங்கயற்கன்னி மீதும் ஆணையிட்டுக்கூறினான். அதோடு, இன்றைய போரில் வெற்றி பெறுவேன் அல்லது வீரமரணம் அடைவேன் என்று உணர்ச்சியோடு கூறினான்.

அதைக்கேட்டு அரசன் நெகிழ்ந்துபோனான். அதிவீரனுக்கு ஆறுதல் சொல்லி, தன் பட்டத்து இளவரசன் இந்திர பாண்டியனையும் போர்க்களத்துக்கு புறப்படச்செய்தான். கலிகால பாண்டியன், பராக்கிரம பாண்டியன், ஜெயசூர பாண்டியன், கோப்பாண்டியன் ஆகிய தளபதிகளுடனும் அதிக எண்ணிக்கையிலான வீரர்களும் போர்க்களம் சென்றனர்.

போரின் துவக்கமே மிகவும் கடுமையாக இருந்தது. தளபதி முஹ்யித்தீன் முதலில் கலிகால பாண்டியனுடன் சண்டையிட்டார். ஜெய்னுல் ஆபிதீனும் ஜெயசூர பாண்டியனும் மோதினர். ஷம்சுத்தீன் பராக்கிரம பாண்டியனுடன் சண்டையிட்டார். அரேபிய மாவீரன் இமையான் கோப்பாண்டியனுடன் போர் செய்தார்.

இருபக்கத்தினரும் ஒருவருக்கொருவர் சளைத்தவர்களில்லை. சண்டை வலுத்துக்கொண்டே வந்தது. ரத்தம் ஆறுபோல் ஓடியது. சுல்தான் அவர்களின் வீரர்கள் சிலர் சோர்வுற்றதைக் கண்ட தளபதி ஷம்சுத்தீன் முன்னால் வந்து அவர்களுக்கு

உற்சாகமூட்டிவிட்டு சேனாதிபதி அதிவீர பாண்டியனைத் தாக்கத்தொடங்கினார். இருவருக்குமிடையே சண்டை உக்கிரமடைந்தது. ஷம்சுத்தீனின் குதிரையை அதிவீரன் வெட்டிச்சரிக்க, அவர் கீழே குதித்தார். குதித்தவுடன் கடுங்கோபத்துடன் பாண்டிய சேனாதிபதி ஏறியிருந்த யானையின் தும்பிக்கையை செய்யதுகாதிர் செய்ததுபோல வெட்டி விழச்செய்தார். இப்போது இருவரும் தரைமீது நின்று ஒருவரையொருவர் தாக்கிக்கொண்டிருந்தனர்.

அதிவீர பாண்டியன் சற்றே தளர்ந்திருந்த நேரம் பார்த்து ஷம்சுத்தீன் பாய்ந்து வாளினை வீச, சேனாதிபதியின் தலை தனியாகத் தரையில் விழுந்தது. அதைக்கண்டு அவனது வீரர்கள் நிலைகுலைந்தனர். அதைப்பார்த்த சந்தோஷத்தில் ஷம்சுத்தீனின் வீரர்கள் பாண்டிய வீரர்கள் பலரை வெட்டி வீழ்த்தினர்.

அதிவீரனின் தலை வெட்டப்பட்ட செய்தியறிந்த தளபதி ஜெயசூர பாண்டியன் விரைந்து அங்குவந்து அதிவீரனின் உடலை பல்லக்கில் ஏற்றி பாண்டிய மன்னனிடம் அனுப்பி வைத்தான். அதிவீரனைக் கொன்றது யார் என்று கேட்டுத் தெரிந்துகொண்டு ஷம்சுத்தீனின் பக்கம் சென்று தன்னோடு சண்டை செய்யும்படி அழைத்தான்.

இருவருக்கும் சண்டை தொடங்கியது. ஆனால் இப்படி நேரடியாக மோதுவதால் தன்னால் ஷம்சுத்தீனை வெல்ல முடியாதென்பதை உணர்ந்துகொண்ட ஜெயசூரன் தந்திரத்தினால் அவரைக் கொல்ல முடிவு செய்தான். தன் படையினரில் பாதிப்பேர் ஓடிச்சென்று ஓரிடத்தில் பதுங்கியிருக்க வேண்டும். அந்த சூழ்நிலை பார்த்து, தான் அஞ்சியோடுவதுபோல நடிக்கவேண்டும். தன்னை ஷம்சுத்தீன் துரத்தி வரும்போது மறைந்திருக்கும் வீரர்கள் பாய்ந்துவந்து ஷம்சுத்தீனைக் கொல்லவேண்டும். அந்த திட்டத்தின்படியே ஷம்சுத்தீனும் கொல்லப்பட்டார்.

செய்தியறிந்த தளபதி அப்பாஸும் பலரும் வேதனைப்பட்டனர். உணர்ச்சி மிகுந்த கோபத்தில் அருகில் நின்ற தளபதி முஹ்யித்தீன் பல பாண்டிய வீரர்களைக் கொன்றார். ஜெயசூரன் நின்ற இடத்துக்குச்சென்று அவனுடன் பொருதத்தொடங்கினார். சினங்கொண்ட ஜெயசூரன் முஹ்யித்தீனின் குதிரையை

ஈட்டியால் குத்தி வீழ்த்தினான். பதிலுக்கு முஹ்யித்தீன் தன் தண்டாயுதத்தால் ஜெயசூரனைத்தாக்க அவனுடைய மணிமுடி தகர்ந்து, மண்டை பிளந்திட ஜெயசூரன் இறந்து வீழ்ந்தான். முஹ்யித்தீனும் அவரது வீரர்களும் பலரை வெட்டி வீழ்த்திக்கொண்டே சென்றனர். நிலைகலங்கி ஓடிய இரண்டாயிரம் பாண்டிய வீரர்கள் சிறைபிடிக்கப்பட்டனர். கோப்பாண்டியனின் வீரர்களும் பிடிக்கப்பட்டனர்.

இளவரசன் இந்திய பாண்டியனிடம் சென்று கோப்பாண்டியன் நடந்தவற்றையெல்லாம் விளக்கிச் சொன்னான். மாபெரும் தலைவர்கள் இருவரை இழந்து தந்தைமுன் எப்படிச்செல்வது என்று கலங்கிய இந்திரன் வேறுவழியின்றி, அதிவீரன், ஜெயசூரன் இருவரது உடல்களையும் உடன் கொண்டுவரச் சொல்லிவிட்டு கோட்டைக்குத் திரும்பினான்.

தந்தையின் முன் நின்று நடந்தவற்றையெல்லாம் கூறித்தலைகுனிந்த நின்ற மகனை மன்னன் கடுமையாகத் திட்டினான். என் மகன் வருங்காலத்தில் உலகாள்வான் என்று நினைத்தேன், ஆனால் அவனோ படுதோல்வியடைந்து திரும்பியிருக்கிறான். வென்று வருவேன் அல்லது வீரமரணம் எய்துவேன் என்று சொன்னபடி அதிவீரபாண்டியன் போய்விட்டான். இன்னொரு மாவீரனான ஜெயசூரனும் மாண்டானே என்று சொல்லி மன்னன் புலம்பினான்.

மறுநாள் போரில் நான் பங்குகொண்டு வெற்றி வீரனாய்த் திரும்புவேன் என்று உறுதிகூறினான் இளவரசன் இந்திர பாண்டியன். அதைக்கேட்ட மன்னன் மகிழ்ந்து, தன் வீரர்களுக்கு வீராவேசம் உண்டுபண்ணும் விதமாகப் பேசினான்.

தளபதி அப்பாஸ், முஹ்யித்தீன் போன்றோர் ஷம்சுத்தீனின் உடலை எடுத்துக்கொண்டுபோய் சுல்தான் முன் வைத்தனர். அதைப் பார்த்த சுல்தான், நபிபெருமானாரின் கட்டளைப்படியே நாம் இங்கே வந்திருக்கிறோம். ஒன்று நமக்கு இம்மையிலும் வெற்றி கிடைக்கும். அல்லது மார்க்கத்துக்காக உயிர் துறந்த காரணத்தால் மறுமையில் வெற்றி கிடைக்கும் என்று கூறினார். ஷம்சுத்தீனின் உடல் முறைப்படி அடக்கம் செய்யப்பட்டது.

7

மூன்றாம் நாள் போர்

அருளுரு வெடுத்த வள்ளலாம் முகம்மது தன் பேரர்
இருநிதி இபுராஹீம் அன்று இரவினில் விழித்தி ருந்து
பொருக வுரியனை வெல்லப் புரிந்தருள் கருணை யென்றே
ஒருவனை எண்ணி உள்ளம் உருகி துஆச் செய்தாரே

அன்று இரவு முழுவதும் சுல்தான் அவர்கள் இறைவணக்கத்திலும், தன் பணி வெற்றிபெற வேண்டும் என்று இறைஞ்சுவதிலும் கழித்தார். அப்போது தளபதி அப்பாஸ் அங்கே வந்தார். தன் மகன் சையித் அபூதாஹிரைப் போர்க்களத்துக்கு அழைத்துச்செல்லுமாறும், ஆனால் அவர் முன் அனுபவம் இல்லாதவர் என்பதால் களத்தின் நடுப் பகுதியில் வைத்து அவரைக் கண்காணித்துக்கொள்ளுமாறும் சுல்தான் அப்பாஸிடம் கூறினார். அவரும் அப்படியே செய்வதாக உறுதியளித்தார்.

சுல்தான் வாழ்த்தி அனுப்ப, அபூதாஹிருடன் தளபதிகள் ஜெய்னுல் ஆபிதீன், முஹ்யித்தீன், இமையான் ஆகியோருக் குதிரைகளில் அமர்ந்து சென்றனர். போர்க்களம் சென்றதும் அணிவகுத்துக்கொண்டபின் அப்பாஸின் தூதுவர் மூலம் பாண்டியனுக்குத் தகவல் அனுப்பப்பட்டது. அதைக்கேட்ட

பாண்டியன் தன் மகனின் தாமதப்போக்குக்காக அவனைக் கடிந்துகொண்டான். ஆனாலும் கடல் போன்ற பாண்டியச்சேனை முன்னேறிச்சென்றது.

களத்தில் அப்பாஸின் எதிரில் நின்ற இந்திரன் அப்பாஸைப் பார்த்து, நீங்கள் அழகாக இருக்கிறீர்கள், வீணாகப்போரிட்டுச் சாகவேண்டாம் என்று சொன்னான். ஆனால் அவரோ அவன் சொன்னதைக் காதில் போட்டுக்கொள்ளவே இல்லை. நீ முதலில் சண்டைக்குவா என்று அழைத்தார். இந்திரன் யானை மீதும் அப்பாஸ் குதிரைமீதும் அமர்ந்து போரிட்டனர்.

ஒருகட்டத்தில் இந்திரனின் யானையை அப்பாஸும் அப்பாஸின் குதிரையை இந்திரனும் கொன்றனர். யானை போனால் தேரில் வருவதுதானே பழக்கம்; ஒரு தேரின்மீது ஏறி அவன் மீண்டும் வந்தான்.

அப்பாஸை வெல்லவோ கொல்லவோ முடியாதென்று புரிந்துகொண்ட இந்திரன் அவர்களது வழக்கம்போல வஞ்சகமாகக் கொல்ல ஒரு திட்டம் தீட்டினான். சில வீரர்களை ஒளிந்திருக்கச் செய்துவிட்டு அவன் பின்வாங்கி ஓடுவதுபோல நடித்தான். துரத்திச்சென்ற அப்பாஸ் பல நூறு அம்புகளால் துளைக்கப்பட்டு வீரமரணம் எய்தினார்.

அப்பாஸ் மந்திரி கொல்லப்பட்ட செய்தியை அறிந்த தளபதி முஹ்யித்தீன் கேள்விப்பட்டு கடும் கோபத்துடன் அவர் வீழ்ந்த இடத்துக்குச்சென்று அவரது உடலை எடுத்து தளபதி ஜெய்னுல் ஆபீதின் வசம் ஒப்படைத்துவிட்டு திரும்பவும் சண்டையிடச்சென்ற அவர் இந்திரபாண்டியனோடு மோதினார். இன்னொரு இடத்தில் இமையான் பராக்கிரம பாண்டியனோடும், தளபதி கலிகால பாண்டியன் முஹ்யித்தீனோடும் சண்டையிட்டுக் கொண்டிருந்தனர். முஹ்யித்தீன் விட்ட அம்பு கலிகாலனின் புஜத்தில் ஊடுறுவிச் சென்றது. அந்த நிலையிலும் அவன் தன் இன்னொரு கையால் முஹ்யித்தீனின் குதிரையை வெட்டினான். ஆனால் மின்னல் வேகத்தில் மற்றொரு குதிரைமீது தாவி ஏறிய முஹ்யித்தீன் தன் உடைவாளினால் கலிகாலனை குத்திக்கொன்றார். வழக்கம் போல தளபதி வீழ்ந்ததைப் பார்த்த படைவீரர்கள் சிதறி ஓடினர். என்ன செய்வதென்று புரியாமல் விழித்துக்கொண்டிருந்த வீரர்கள் சிறைப்பிடிக்கப்பட்டனர்.

சந்திரபாண்டியன் மாண்டதையும், பெருமளவில் பாண்டிய வீரர்கள் சிறைப்பிடிக்கப் பட்டதையும் சிலர் இந்திர பாண்டியனிடம் சென்று சொன்னார்கள். தன் தம்பி இறந்ததை எண்ணி இந்திரன் அழுதுபுலம்பினான். அப்பாவுக்கு என்ன சமாதானம் சொல்லப்போகிறோம் என்றெண்ணித் தவித்தான். ஆனால் இந்திரனின் சிற்றப்பனான கோப்பாண்டியன் வந்து அவனைத்தேற்றினான். தம்பியின் உடலை மடிமீது கிடத்தி உன்னைக் கொன்றவனை பழிக்குப்பழி வாங்குவேன் என்று சபதம் பூண்டான் இந்திரன். அன்றையை போரிலும் நிறைய பேர் இறந்திருந்தனர். நாளை வந்து போர்செய்யலாம் என்றுகூறிய இந்திரன் போர்க்களம் விட்டகன்றான். அன்றைய போரிலும் அளவிடமுடியாத உயிர்ச்சேதம் ஏற்பட்டிருந்தது.

இந்திரன் சென்றபிறகு, சையித் அபூதாஹிரிடம் சென்ற தளபதி முஹ்யித்தீன் அன்றை நிகழ்வுகளை விவரித்தார். பின் அனைவரும் பாசறை திரும்பினர். சையித் அபூதாஹிர் தன் தந்தையான சுல்தானிடம் சென்று அன்றையப் போர் நிகழ்வுகளை விவரமாகச் சொன்னார்.

அப்பாஸின் மரணம் பேரிழப்பாகும் என்று கூறிய சுல்தான், ஆனாலும் அது இறைவனின் நாட்டம் என்று சொல்லி அமைதியானர். சிறைப்பட்ட வீரர்களில் இஸ்லாத்துக்கு வரும் ஆர்வம் கொண்டவர்களுக்கு கலிமா சொல்லிக்கொடுத்து இமையான் பொறுப்பில் அவர்களை விடும்படிக்கூறினார்.

தம்பி சந்திரபாண்டியன், தளபதி கலிகால பாண்டியன் இருவரின் உடல்களையும் தனித்தனித் தேரில் ஏற்றிக்கொண்டு தந்தை விக்கிரம பாண்டியன் முன் சென்ற இந்திரபாண்டியன் போர்க்களச் செய்திகளை விரிவாகச் சொன்னான். தன் இளைய மகன் மடிந்தது கேட்டு விக்கிரமன் மயங்கி விழுந்தான். உணர்வு பெற்றபின்னும் வெகுநேரம் அழுது அரற்றிக்கொண்டிருந்தான். அவன் அன்னை பாண்டிய அரசி பட்ட வேதனையோ இன்னும் ஆழமானது. இறுதியாக அங்கு வந்து சேர்ந்த விக்கிரமனின் தம்பி கோப்பாண்டியன் விக்கிரமனை ஆறுதல் மொழிகள் சொல்லித் தேற்றினான்.

8

நான்காம் நாள் போர்

ஆதி நன்னபி முகம்மதுக் கன்புறு பேரர்
நீதி விண்ணவர் புகழ்இபு ராகிநீ டிருள் போய்
வீதி மன்னிய கீழ்த்திசை வெளுத்தபின் மேலாஞ்
சோதி மன்னவன் விதித்திடும் பஜிறது தொழுதார்

காலைத் தொழுகைக்குப்பின் அங்கு வந்திருந்தவர்களோடு சுல்தான் பேசினார். எதிரிகள் வஞ்சகமான முறையிலேயே போர் செய்வதால், நாமும் சில போர்த்தந்திரங்களைக் கையாண்டு, பாண்டியனை விரைவிலேயே வென்று, கோட்டையைக் கைப்பற்றி, இப்போரை ஒரு முடிவுக்குக்கொண்டுவர வேண்டும் என்று சுல்தான் சொன்னார். அக்கருத்தை அனைவரும் ஏற்றனர்.

நாம் போருக்குத் தயாரானபிறகு ரகசியமான முறையில் யாருக்கும் தெரியாமல் வடக்குப்பக்கமாக முன்னேறி கோட்டைக்கு அருகில் நம் படையை நிறுத்தவேண்டும். தன் வலப்புறமாக மகன் அபூதாஹிரும், இடப்புறமாக தளபதி முஹ்யித்தீனும், பின்னால் மைத்துனர் ஜெய்னுல் ஆபிதீனும் முன்னால் தளபதி இமையானும் குதிரைகளில் படையை நடத்திக்கொண்டு வரவேண்டும் என்று உத்தரவு கொடுத்துவிட்டு புறப்பட்டார்.

கடலோரமாக முன்னேறிய படை பவித்திரமாணிக்கப் பட்டினத்துக்கு சற்று மேற்காக உள்ள வாலிநோக்கம் என்னும் ஊரைச் சென்றடைந்து படையை ஒழுங்குபடுத்தியது. அவ்விஷம் பற்றி ஒற்றர்கள் மூலமாகத் தெரிந்துகொண்ட விக்கிரமன் கடும் கோபமடைந்தான். வெகுதொலைவில் இருந்த எதிரிகள் இன்று நமக்கு வெகுஅருகிலேயே வந்துவிட்டார்கள் எனில் அதில் ஏதோ உள்நோக்கம் இருக்கிறது, நான் இப்போதே சென்று அவர்களை அழித்தொழிக்கிறேன் என்று சபதம் செய்தான். ஆனால் நானிருக்கும்போது நீங்கள் ஏன் செல்ல வேண்டும், இப்போதே நான் சென்று காரியத்தை முடிக்கிறேன் என்று இந்திரபாண்டியன் தன் தந்தை விக்கிரமனிடம் சொல்லிவிட்டுக் கிளம்பினான்.

அவன் கிளம்பிய கொஞ்ச நேரத்தில் கோப்பாண்டியன் அங்கே வந்தான். அவனைப்பார்த்ததும் அண்ணனான விக்கிரமன் அவனை நோக்கிப் பல குற்றச்சாட்டுகளை அடுக்கினான். பாண்டிய குலத்துக்கே அவமானத்தை ஏற்படுத்திவிட்டாய் என்றெல்லாம் குற்றம் சாட்டினான். அதையெல்லாம் பொறுமையாகக் கேட்டுக்கொண்ட கோப்பாண்டியன், இனி நீ சொல்வது போலவே செய்கிறேன் என்று வாக்களித்தான். Not Clear

அப்படியானல் சரி, சையிது இப்ராஹீமைப் போரில் தோற்கடித்து, அவர் மகன் அபூதாஹிரைக் கைது செய்து கொண்டுவரவேண்டும் என்று ஆணையிட்டான். அப்படியே செய்துவருவதாக கோப்பாண்டியன் வாக்களித்துவிட்டு பட்டத்து இளவரான் இந்திரனைப் பின் தொடர்ந்து சென்றான். இருருவரும் எதிரிப்பாசறைக்கு அருகில் வந்தனர். அங்கு தம் படைகளை இரண்டு பிரிவுகளாக்கி, ஆளுக்கொரு பிரிவுக்குத் தலைமை ஏற்றனர்.

இச்செய்தியை சுல்தான் கேள்விப்பட்டதும், தன் மகன் அபூதாஹிரை அழைத்து, இந்திரபாண்டியனை நீ எதிர்க்க வேண்டும், கோப்பாண்டியனை முஹ்யித்தீன் எதிர்க்க வேண்டும் என்று கூறினார்.

கோப்பாண்டியனை களத்தில் சந்தித்த தளபதி முஹ்யித்தீன், ‘எதற்கு வீணாகச் சண்டை? இஸ்லாத்தில் இணைந்துவிடுங்கள். அமைதியாகப் போய்விடலாம்’ என்று கூறினார். கடுப்பாகிய கோப்பாண்டியன், ‘எங்கள் பாண்டிய குலம் முழுவதுமே

| 63 |

அழிந்தாலும் சரி, உன் கருத்துக்கு உடன்பட மாட்டோம். உன் உயிரைக் காப்பாற்றிக்கொண்டு தப்பித்துப் போய்விடு' என்று கர்ஜித்தார். 'அப்படியானால் சரி வா, மோதிப்பார்த்து விடுவோம்' என்று சண்டையைத் துவக்கினார் முஹ்யித்தீன்.

துவக்கிய வேகத்திலேயே இருவருக்குமிடையேயான போர் முடிந்துபோனது. தன் தண்டாயுதத்தால் கோப்பாண்டியனின் தேரில் பலமாக அவர் அடிக்க, தேர்ப்பாகன் இறந்துபோனான். தேரும் நொறுங்கிச் சிதறியது. உடனே யானைமீது அமர்ந்து முஹ்யித்தீன்மீது அம்புமாரி பொழிந்தான். அனைத்து அம்புகளையும் லாவகமாகத் தடுத்த முஹ்யித்தீன் மீண்டும் தண்டாயுதத்தால் தாக்கினார். யானையின் தந்தங்கள் ஒடிந்தன.

கோப்பாண்டியன் தன் வேலால் முஹ்யித்தீனின் குதிரையைக் கொன்றான். அவர் மின்னல் வேகத்தில் இன்னொரு குதிரையில் ஏறி கோப்பாண்டியனின் யானையைக் குத்தி மாய்த்தார். கோப்பாண்டியனும் ஒரு குதிரைமீது வந்து ஒரு திரிசூலத்தால் முஹ்யித்தீனைத் தாக்கினான். ஆனால் அதனைத் தட்டிமுறித்துத் தன் வாளினால் கோப்பாண்டியனை வெட்டி மாய்த்தார் முஹ்யித்தீன். அதைக்கண்டு அவன் படையினர் சிதறி ஓடினார்கள்.

கோப்பாண்டியன் இறந்துவிட்ட செய்தி இளவரசன் இந்திர பாண்டியனுக்குத் தெரிந்தது. போர் செய்து இவர்களை வெல்லமுடியாது, ஏதாவது சூழ்ச்சி செய்துதான் வெல்ல வேண்டும் என்று முடிவு செய்தான். எனவே சையிது அபூதாஹிர் முன் சென்று, 'இப்போரினால் நமக்கு கண்ட பலன் ஒன்றுமில்லை. நாம் போரை நிறுத்திக்கொள்வோம். என் தந்தை என்னை அழைத்திருக்கிறார். போய் என்ன செய்தி என்று கேட்டுவிட்டு வருகிறேன். அதுவரை அமைதியாக இருங்கள்' என்று சொல்லிவிட்டு அவ்விடம் விட்டுச்சென்றான்.

முஹ்யித்தீனுடன் சண்டையிட்டுக்கொண்டிருந்த தன் படையினரின் பக்கம் சென்று, நான் இன்ன இடத்தில் பதுங்கி இருக்கிறேன். பாண்டிய வீரர்குழுவொன்று முஹ்யித்தீனுடனான போரில் தோற்று ஓடுவதுபோல நடித்து நான் பதுங்கியுள்ள பகுதிவரை வந்தால், முஹ்யித்தீனின் கதையை நான் முடித்துவிடுகிறேன் என்று சொல்லிவிட்டுச் சென்றான்.

அதன்படியே துரத்தி வந்த முஹ்யித்தீன், இந்திரன் ஒளிந்திருந்த பகுதிக்கு வந்ததும், குறிவைத்து வேலை எறிந்தான். அது முஹ்யித்தீனின் வயிற்றை ஊடுருவிச் சென்றது. இப்படி கோழைத்தனமாக மறைந்திருந்த தாக்கியவன் யார் என்று தெரிந்துகொண்ட முஹ்யித்தீன் அவனுடைய கோழைத்தனத்தை கடுமையாகச் சாடினார். அவரது பேச்சு அவனைத் தலைகுனிய வைத்தது. எதிர்த்து பதில் பேசமுடியாமல் தேரிலேறி விரைந்து திரும்பினான்.

செய்யது காதிரை மறைந்திருந்துதானே வேலெறிந்து சௌந்தர பாண்டியன் கொன்றானல்லவா, அதேமாதிரி இங்கும் நடந்தது.

ஆனால் முஹ்யித்தீனின் உயிர் உடனே பிரியவில்லை. அவர் அபூதாஹிரிடம் திரும்பிச்சென்று நடந்ததையெல்லாம் கூறினார். போரை நாளைக்குத் தொடர்ந்துகொள்ளலாம் என்று முடிவு செய்து அனைவரும் சுல்தானின் கூடாரத்துக்குச் சென்றனர். அங்கே சுல்தானிடம் போர்க்கள நிகழ்வுகள் பற்றியெல்லாம் சொல்லிக்கொண்டிருக்கும்போதே முஹ்யித்தீன் மயங்கி விழுந்தார். சுல்தான் அவரைத் தாங்கிப்பிடித்து படுக்க வைத்தார். ஆனால் அத்துடன் அவரது உயிரும் பிரிந்தது. அதைக்கண்டு துன்பம் அடைந்தவர்களுக்கு சுல்தான் ஆறுதல் கூறினார். இறைவனின் பாதையில் உயிர்த்தியாகம் செய்பவர்கள் மரிப்பதில்லை. அதனால் மறுமையில் பெரும் பேறுகள் உண்டு என்று சுல்தான் விளக்கினார்.

விக்கிரமன் முன் சென்ற அவன் மகன் இளவரசன் இந்திரபாண்டியன் போர்க்களத்தில் நடந்ததையெல்லாம் விளக்கிச் சொன்னான். விக்கிரமன் சந்தோஷப்பட்டு மகனைப் பாராட்டினான். கோப்பாண்டியனின் உடலை முறைப்படி சிதையிலிட ஏற்பாடுகள் செய்யப்பட்டன.

ஏற்கனவே பாண்டியர்கள் போரில் வீரத்தைக் காட்டுவதைவிட, வஞ்சகத்தையும் சூழ்ச்சியையுமே அதிகம் பயன்படுத்து கிறார்கள் என்பதை போர் தொடங்குமுன்பே சுல்தான் முக்கியஸ்தர்களிடம் விளக்கிய பிறகும் இந்திரபாண்டியனின் சூழ்ச்சிக்கு முஹ்யித்தீன் ஏன் ஆளானார் என்று தெரியவில்லை. உணர்ச்சி மேலும்போது அறிவு பின் இருக்கைக்குச் சென்று விடுகிறது.

9

ஐந்தாம் நாள் போர்

இணக்கஞ்செய் இமையா னோடும் எழுந்திறை சலாமும் கூறி
வணக்கம்செய் தகன்றார் பின்னர் மைந்தருந் தாமு மாக
மணக்கும்பன் மலர்த்தா ரிட்ட மாளிகை யதனிற் சேர்ந்து
கணக்கொன்றி லடங்கி லானை கருத்தினிற் துதித் துறைந்தார்

ஐந்தாம் நாள் காலை எழுந்த சுல்தான் காலைத்தொழுகையை நிறைவேற்றிக்கொண்டிருந்தார். அதேவேளையில் மன்னன் விக்கிரமன் தன் மகன் இந்திரபாண்டியனை அழைத்து, 'மகனே, உன்மீது சிவபெருமானின் அருள் அதிகமாக உள்ளது. நீ விரைந்து எதிரிகளின் முகாமுக்கே போய் அவர்களையெல்லாம் வெட்டி வீழ்த்தி அவர்களது தலைவனையும் அவனது மகனையும் சிறைப்பிடித்து இங்கே கொண்டுவா என்று மன்னன் கட்டளையிட்டான்.

தந்தைசொல் மிக்க மந்திரமில்லை என்று உணர்ந்தவனாக உடனே இந்திரனும் விரைந்து சுல்தானின் பாசறை நோக்கிச்சென்றான். அவனது படைகளை இமையானின் வீரர்கள் எதிர்த்து நின்று தடுத்தனர்.

செய்தியறிந்த சுல்தான் உடனே தன் மகனை அழைத்து உடனே சென்று இமையான் மற்றும் அவரது படையினருக்கு

உதவும்படிச் சொன்னார். உடனே அந்த இடத்துக்கு விரைந்த அபூதாஹிர் இந்திரபாண்டியனைப் பார்த்து, 'அறிவிப்பின்றி அதிகாலையிலேயே வந்துவிட்டாய். வா பார்ப்போம்' என்றுகூறி அவனையும் அவன் கூட்டத்தையும் நோக்கி அம்பு எய்யத்தொடங்கினார்.

தேரில் வந்த இந்திரபாண்டியன் வாளைக்கொண்டு அபூதாஹிரின் குதிரையை வெட்டினான். உடனே இன்னொரு குதிரைமீது ஏறிக்கொண்ட அபூதாஹிர் தண்டாயுதபோன்ற ஓர் தடியைக் கொண்டு அவனைத்தாக்கினார். தேர் தகர்ந்தது.

திகைத்துப்போன இந்திரன் ஒரு யானைமீது ஏறிக்கொண்டு, உங்களனைவரையும் இன்று ஒழித்துக்கட்டுகிறேன் என்று கர்ஜித்து தாக்கத்தொடங்கினான்.

தளபதி இமையான் வேலாயுதத்தால் எதிரிகளைத்தாக்கிக் கொன்று குவித்துக் கொண்டிருந்தார். அவரை எதிர்க்கப் பாண்டிய வீரர்கள் அஞ்சி ஒதுங்கினார்கள். அதைப்பார்த்த தளபதி பராக்கிரமன் முன்னால் வந்து இமையானின் குதிரையைக் கொன்றான். உடனே இன்னொரு குதிரையின்மீது இமையான் வருவதைக்கண்ட பராக்கிரமன் அவர்மீது சரமாரியாக அம்பெய்தான். இமையானின் வீரர்களும் அங்குவந்து சேர்ந்து அம்புகள், ஈட்டிகள் கொண்டு தாக்கினர். அதில் ஒரு ஈட்டி பராக்கிரமனின் வயிற்றில் புகுந்து வெளியில் வந்தது. அந்த ஆழமான காயத்தால் குடல்கள் வெளிவந்து சரிந்துகிடக்க அவனை மரணம் அணைத்துக்கொண்டது.

பராக்கிரம பாண்டின் மடிந்த செய்தி இந்திரனை எட்டியது. அவன் அளவிலாத வேதனையடைந்தான். சையிது அபூதாஹிரை அணுகி, மாலையாகிவிட்டது, நாளை மீண்டும் சந்திக்கலாம் என்று கூறிவிட்டு பராக்கிரமனின் உடலத்தேரில் ஏற்றிக்கொண்டு தந்தையிடம் காட்டச்சென்றான். செய்தியறிந்த மன்னரும் மற்றவர்களும் புலம்பி அழுதனர்.

இமையானின் வீரதீர சாகசங்களைப்பற்றி சுல்தானிடம் மகனான அபூதாஹிர் விளக்கிச் சொல்ல, அதைக்கேட்டு சந்தோஷப்பட்ட சுல்தான் இமையானுக்கு பல பரிசுப்பொருள்களை வழங்கி கௌரவித்தார். எட்டாயிரம் பேர்களை கைதிகளாக போரில் இமையான் பிடித்திருந்தார். அவர்களனைவரும் இஸ்லாத்தில்

இணைய விருப்பம் தெரிவித்ததால் அவர்களுக்கு கலிமா சொல்லிக்கொடுத்து அனைவரும் முஸ்லிம்களாக்கப்பட்டனர்.

பொதுவாகப் போர்க்களத்தில் கைதிகளாகப் பிடிக்கப்படுபவர்கள் உயிருக்கு பயந்து முஸ்லிமாகிவிடுவதாக முடிவெடுத்திருக்கலாம். அல்லது உண்மையிலேயே இஸ்லாத்தை விரும்பியும் ஏற்றிருக்கலாம். முன்னதற்கே அதிகம் வாய்ப்புள்ளது. ஆனாலும் இஸ்லாத்தின் ஆழத்தை நன்கறிந்திருந்த சுல்தான் ஒரு மகானாக இருந்த காரணத்தினால் அச்சத்தையோ வற்புறுத்தலையோ காட்டி அவர்கள் எப்போதுமே யாரையும் இஸ்லாத்துக்கு அழைக்கவில்லை. மார்க்கப்பிரசாரம் செய்ய மன்னர்களிடம் அனுமதிமட்டும்தான் கேட்டார்கள். அம்மன்னர்களின் தவறான புரிந்துகொள்ளலினால் ஏற்பட்ட பிரச்சனைகளாலேயே இத்தனை யுத்தங்களும் உயிரிழப்புக்களும் ஏற்பட்டுள்ளன என்பதை வரலாறு தெளிவுபடுத்துகிறது. 'மார்க்கத்தில் வற்புறுத்தல் இல்லை' (2:256) என்ற திருமறையின் வசனத்தின் பொருளை நம்மைவிட மகான் சுல்தான் நன்குணர்ந்தவர்கள்.

10

ஆறாம் நாள் போர்

முதிரிறை யவன்க பீபு முகம்மது நபிதம் பேரர்
கதிரெழுந் தாரா நாளிற் கணமணித் தவிசின் மேவித்
துதியபுத் தாகி றென்னுந் தோன்றலைத் தோன்றச் செய்தே
யெதிர்மதி வதன நோக்கி யினிதுற விள்ளுவாரால்

தன் மகன் அபூதாஹிரை அழைத்த சுல்தான் விக்கிரம பாண்டியனும், இளவரசன் இந்திர பாண்டியனும் கடந்த ஐந்துநாள் சண்டையில் அடைந்த பேரிழப்புகளால் அச்சம்கொண்டு, மனமுடைந்து தொடர்ந்து போர்செய்ய ஊக்கமின்றி இருப்பார்கள். இந்த நேரத்தில் நீ முந்திக்கொண்டு சென்று பாண்டிய சேனையைச் சிதைத்து, இந்திர பாண்டியனைக் கைது செய்து கொண்டுவந்தால் நல்லது என்று கூறினார். ஆனால் மகனான அபூதாஹிருக்கு மாற்றுக் கருத்து இருந்தது. மெள்ள அதைச்சொன்னார்.

'தந்தையே, பாண்டிய அரசவம்சம் பல தலைமுறைகளாக இம்மண்ணில் வேரூன்றிய ஒன்று. அளவற்ற பொருள் பலம், ஆள் பலம், படைபலம் எல்லாம் மிகுதியாக உள்ளவர்கள். கடந்த காலத்தில் போர்களில் பெரும் வெற்றிகளை ஈட்டியவர்கள். வீரத்தில் சிறந்தவர்கள். பழைய மரபில்

ஊறிப்போனவர்கள். புதிய கருத்துக்களை ஏற்க மறுப்பவர்கள். நாம் அவர்களை லேசாக மதிப்பிட்டுவிடக்கூடாது. நம் முன்னோர் பெற்ற பெருவெற்றிகள் யாவும் நெடுநாள் சண்டைக்குப் பிறகே கிட்டின'.

'நம் பலவீனங்களை எதிரியும் புரிந்துவைத்திருப்பான். ஒரு பக்கம் கடலாலும், மற்ற பக்கங்களில் திறந்தவெளியாலும் நாம் சூழப்பட்டுள்ளோம். நம் பாதுகாப்புக்குக் கோட்டை கொத்தளங்கள் இல்லை. பாண்டியனுக்கோ பலத்த அரண்களும், ரகசிய வழிகள்கொண்ட கோட்டையும் உண்டு. எனவே நாம் அவசரப்படாமல் பொறுமையாகப் போர் செய்துதான் எதிரியின் வலிமையைக் குறைக்க வேண்டும். இன்றைக்கும் நிச்சயம் சென்று சண்டை செய்வோம்' என்று கூறினார். அவரது அறிவுக்கூர்மையை எண்ணி சுல்தான் அகமகிழ்ந்தார்.

அபூதாஹிரோடு சுல்தானின் உத்தரவுப்படி மைத்துனர் ஜெய்னுல் ஆபிதீனும் இமையானும் புறப்பட்டுச் சென்றனர். வெவ்வேறு பகுதிகள் நின்று அவர்கள் போரிட்டு எதிரிகளை வென்று கொண்டிருந்தார்கள்.

ஜெய்னுல் ஆபிதீனின் பயங்கரத் தாக்குதலால் பாண்டிய வீரர்கள் பலர் தம் உயிரை இழந்தனர். எனவே அதைத்தடுத்து நிறுத்தவும், ஜெய்னுல் ஆபிதீனுக்கு ஒரு முடிவு கட்டவும் வழக்கம்போல பாண்டியப்படையினர் சதித்திட்டம் வகுத்தனர்.

அதன்படி ஒரு பாண்டியவீரன் ஜெயினுலாபிதீனிடம் சென்று, 'தளபதியே, உங்கள் படையின் வீரத்தாக்குதலுக்கு அஞ்சி விக்கிரம பாண்டியன் கோட்டையை விட்டு தப்பித்துச் சென்று விட்டார். கோட்டைக்குள் நுழைய மறைவான ஒரு வழி உண்டு. என்னோடு வருதாக இருந்தால் நான் அவ்வழியை உங்களுக்குக் காட்டுகிறேன்' என்று சொன்னான்.

'நீ யார்?' என்று ஜெய்னுல் ஆபிதீன் கேட்டார்.

'என்னைத் தெரியவில்லையா? பிடிபட்டு, இமையான் வசம் ஒப்படைக்கப்பட்டு, உங்கள் கூட்டத்தில் சேர்ந்துவிட்ட முன்னாள் பாண்டியப்படைவீரர்களில் ஒருவன் நான்' என்று சொன்னான்.

அவன் சொன்னதை நம்பி அவன் சொன்னதிசையில் அவனைப்பின்பற்றிச் சென்றார் ஜெயினுல் ஆபிதீன். ஏற்கனவே செய்திருந்த முன்னேற்பாட்டின்படி, வழியில் மறைந்திருந்த ஒன்பது பாண்டிய வீரர்கள் திடீரென்று அவரைக் கடுமையாகத் தாக்கிவிட்டு ஓடிப்போனார்கள். பலத்த காயங்களுடன் ஜெய்னுல் ஆபிதீன் விழுந்து கிடந்தார்.

அபூதாஹிருக்கு அதுபற்றிய தகவல் கிடைத்ததும் அவ்விடத்துக்கு விரைந்து வந்தார். மரணக்காயங்களுடன் வேதனைப்பட்டுக்கொண்டிருந்த மாமன் ஜெய்னுல் ஆபிதீனை பல்லக்கில் ஏற்றி பாசறைக்கு அழைத்துச்செல்லும் வழியிலேயே அவர் உயிர் பிரிந்தது. தன் மைத்துனரின் மறைவுக்குக் கண்ணீர் சிந்திய அபூதாஹிர் இறைவனின் நாட்டம் அது என்றெண்ணி அமைதியானார்.

ஜெய்னுல் ஆபிதீன் இறந்ததால் அபூதாஹிர் திரும்பிச் சென்றுவிட்டதை அறிந்த இந்திரன் தன் தந்தையிடம் சென்று நடந்ததையெல்லாம் கூறினான். வெற்றிப்பூரிப்புடன் தன் மகனை விக்கிரமன் தழுவிக்கொண்டான்.

அப்பாவி மக்களையெல்லாம் நம்மிடம் கொண்டுவந்து பலிகொடுக்கிறார் சையித் இப்ராஹீம் பாவம். இனி அவருக்கு அவர் மகனைத்தவிர வேறு யாருமில்லை. அந்த இருவரையும் விரைவில் நாம் அழிப்போம் என்று சொல்லிவிட்டு மாளிகைக்குள் சென்றான்.

11

ஏழாம் நாள் போர்

இடுகுடை ஒன்றினில் புவி புரக்கும் இந்திர பாண்டியன்
இறந்த படுகளமதனில் சோரியாறெழுந்து பலமலைக்
குலமெனக் குவிந்த
கடிகளிற்றிரண்டு கழுகுகள் பருந்து காக்கை நாய்நரிக் கணங்கள்
முடுகிவந் தடர்ந்து கூளிவேதாள மொய்த்திட உடன் பரந்தனவே

விக்கிரம பாண்டியன் தன் மகன் இந்திரனை அழைத்து, 'நம் முன்னோர்கள் ஆண்ட எந்தக்காலத்திலும் இதுபோல வேற்று நாட்டவர் நம் நாட்டின்மீது படையெத்துத் தொல்லை கொடுத்த வரலாறு இல்லை. நமக்கு மட்டும் இப்படியொரு சோதனை ஏற்பட்டுள்ளது மகனே. நாம் கொஞ்சம் சளைத்தாலும் நம் எதிரிகள் நம்மை அழித்துவிடுவார்கள். எனவே மேலும் காலம் கடத்தாமல் நீ போய் அவர்களைத் துடைத்தொழித்து இல்லாமலாக்கிவிட்டு வெற்றிவாகை சூடி வரவேண்டும் மகனே' என்று சொல்லி தன் மகனை போர்க்களத்துக்கு அனுப்பி வைத்தான் விக்கிரமன்.

ரதகஜதுரபதாதி என்று சொல்லப்படும் தேர், யானை, குதிரை, மற்றும் காலாட்படை ஆகிய நால்வகைப் படைகளையும் திரட்டிக்கொண்டு போர்க்களம் சென்ற இளவரசன் தளபதி

இமையானை முதலில் போர்க்களத்தில் சந்தித்து எதிர்த்து சண்டை தொடங்கியது. இமையானோடு கண்ணூர் வீரர்களும் சேர்ந்துகொண்டனர்.

செய்தியறிந்து அபூதாஹிரும் தம்படைகளுடன் அங்கு விரைந்து வந்தார். 'நீங்கள் போய் என் அப்பாவின் பாசறைக்குப் பாதுகாப்பு கொடுங்கள். இவர்களை நான் பார்த்துக்கொள்கிறேன்' என்று சொல்லி இமையானை அங்கே அனுப்பிவைத்தார். பின்னர் இந்திரபாண்டியன்முன் தன் குதிரையைக் கொண்டு போய் நிறுத்தினார்.

'நேற்று உன் மாமன் செத்ததும் போர்க்களத்தைவிட்டு புறமுதுகிட்டு ஓடிய உனக்கு மீண்டும் இங்குவர துணிச்சல் எப்படி ஏற்பட்டது? இன்று உன் ஆவியைப்போக்கி உன்னைப் பெற்றவனையும் சிறைப்பிடிப்பேன். இன்று என் வலிமையை நீ காண்பாய்' என்று கர்ஜித்தான் இந்திரன்.

'வஞ்சமே உருக்கொண்டதுபோல வந்திருக்கும் கோழையே, உன்னைப்பற்றித் தெரியாதவர்களிடம் வேண்டுமானால் நீ இப்படியெல்லாம் பேசி ஏமாற்றலாம். மறைந்திருந்து தாக்கும் பேடியான நீ வீரத்தைப்பற்றி என்னிடம் பேசாதே. முதலில் சண்டையைத் தொடங்கு' என்று அவனுக்கு பதிலும் பதிலடியும் கொடுத்தார் அபூதாஹிர்.

பதில்கொடுத்து முடித்த மறுகணவே வேலாயுதத்தினால் இந்திரன் அமர்ந்திருந்த யானையைத் தாக்கினார். அது உணர்விழந்து விழுந்தது. இளவரசன் தன் வேலைக்கொண்டு அபூதாஹிரின் குதிரையைத் தாக்கினான். அது கீழே விழவும் இன்னொரு குதிரையில் தாவி ஏறினார் அபூதாஹிர். அதேபோல இந்திரனும் யானை விழுந்தபிறகு ஒரு தேரில் ஏறி அமர்ந்து கொண்டான்.

சண்டை மாலை வரை கடுமையான நீடித்துக்கொண்டே போனது. வீரர்கள் ஆயிரக்கணக்கில் கொல்லப்பட்டும், படுகாயமடைந்தும் கிடந்தனர். அந்திவேளை ஆனபின்பும் போர் முடியவில்லையே என்றெண்ணி இந்திரன் சோர்வடைந்தான். ஆனால் மீண்டும் ஒரு வஞ்சக எண்ணம் அவன் மனதில் உதித்தது. அபூதாஹிரின் முன்னால் போய் நின்றுகொண்டு, 'வீரத்திலும் எல்லா வகையிலும்

மிகைத்தவர்களாகிய நாங்கள் இத்தனை நாள் கடும்போர் செய்தும் உங்களை வெற்றிகொள்ள முடியவில்லை. ஒத்துக் கொள்கிறேன். நீங்கள் பின்பற்றும் மார்க்கத்தின் சிறப்பினால்தான் இவ்வாறு நடக்கிறது என்று நினைக்கிறேன். அதை ஏற்றுக்கொள்ளவேண்டுமென என் உள்ளமும் விரும்புகிறது. நான் என் தந்தையிடம் சென்று விளக்கிச் சொல்கிறேன், வாதாடுகிறேன். உங்கள் மார்க்கத்தை ஏற்க அவரையும் சம்மதிக்க வைத்து, நாளைக்காலை அவரை உம் தந்தையாரிடம் அழைத்து வருகிறேன். இத்துடன் இன்றையை போரை முடித்துக்கொண்டு அவரவர் இடங்களுக்குத் திரும்பிச் செல்வோம்' என்றுகூறி கபடநாடகமாடினான் இந்திரன்.

இவ்வாறு சொல்லிவிட்டு போர்க்களம் விட்டுச்சென்ற இந்திரபாண்டியன் தந்திரமாக ஒதுங்கிச்சென்று அபுதாஹிர் தன் பாசறைக்குத் திரும்பும் வழியில் தன் படையினருடன் ரகசியமாக ஒளிந்திருந்தான். அபூதாஹிர் அவ்வழியாக வருவதைக் கண்டவுடன் மறைவிடத்திலிருந்து வெளிப்பட்டு திடீர்த் தாக்குதல் நடத்தினான்.

அவனது வஞ்சகமான திட்டத்தை உணர்ந்துகொண்ட அபூதாஹிரும் அவரது வீரர்களும் கடும் சினம்கொண்டு பதிலடி கொடுக்கத்தொடங்கினர். இருபடைத்தலைவர்களும் அனைத்து விதமான ஆயுதங்களையும் பயன்படுத்தி மோதிக் கொண்டிருந்தனர்.

அபூதாஹிரின் குதிரையை இந்திரன் தாக்க, அது கீழே விழுந்தது அல்லது செத்துப்போனது. உடனே இன்னொரு குதிரைக்கு அபூதாஹிர் தாவி ஏறிக்கொண்டு அதற்கு ஏதோ சைகை காட்டினார். அது உடனே தன் இரண்டு முன்னங்கால்களையும் தூக்கி இந்திரனுடைய தேரின் முகப்பின்மீது வைத்தது.

அதனால் தேரிலிருந்த இளவரசனின் அருகில் எளிதில் நெருங்கிய அபூதாஹிர் தண்டாயுதத்தால் ஓங்கி அடித்தார். அதனால் தேர் உடைந்து இந்திரபாண்டியனின் இடது தோளும் அடிபட்டு சரிந்தது. அதோடு அவனது ஆவியும் அவனை விட்டுப்பிரிந்தது. அபூதாஹிர் கொடுத்த அடியின் வேகம் அப்படி. அந்த பயங்கரக்காட்சியைக்கண்ட பாண்டிய வீரர்கள் சிதறியோடத்துவங்கினர்.

அபூதாஹிருடைய உடலிலும் பல அம்புகள் தைத்திருந்தன. ரத்தம் சொட்டிக்கொண்டிருந்தது. அதே நிலையில் தந்தையின் முன் சென்றார் அவர். அவரைப்பார்த்த சுல்தானுக்கு மிகுந்த வேதனையாக இருந்தது. உடனே மகனுக்குக் குடிக்கத் தண்ணீர் கொடுத்த சுல்தான் நபிபெருமானாரைப் புகழும் சலவாத் எனும் புகழ்மொழிகளை ஓதிக்கொண்டே தன் உமிழ்நீரை தன் கைகளால் மகனுடைய காயங்களின்மீது மகான் தடவினார். காயங்கள் உடனே ஆறிவிடும் அற்புதம் அங்கே நிகழ்ந்தது!

அதன்பிறகு யுத்த நிகழ்வுகள் பற்றி விபரமாகக் கேட்டுத் தெரிந்துகொண்ட சுல்தான் உயிர்த்தியாகம் செய்தவர்களை முறைப்படி அடக்கம் செய்ய ஏற்பாடு செய்தார்கள்.

போர்க்களம் படுபயங்கரமாகக் காட்சியளித்தது. இறந்தவர்கள், தப்பி ஓடியவர்கள் போக மீதியிருந்த பாண்டிய வீரர்களில் ஆயிரம் பேர் ஒன்று சேர்ந்து இறந்து கிடந்த இளவரசன் இந்திரனின் உடலை ஒரு தேரில் ஏற்றி தலைநகருக்குக் கொண்டு சென்றனர்.

எஞ்சியிருந்த தன் ஒரே மகனும் இறந்துவிட்டான் என்பதை அறிந்த மன்னன் மூர்ச்சையடைந்து விழுந்தான். கொஞ்சநேரம் கழித்து உணர்வு பெற்று எழுந்த அவன் மீண்டும் தன் அருமை மகனை எண்ணி அழுதான், அரற்றினான். அவனது பட்டத்தரசியும் அங்கே வந்து அழுது புலம்பினாள். அந்த துக்கத்தில் அவையினரும் சேர்ந்துகொண்டனர்.

இறுதியாக ராஜகுரு அங்கே வந்து சேர்ந்தார். அரசனையும் அரசியையும் என்னென்னவோ சொல்லி தேற்றினார். உரிய சடங்குகள் செய்து இளவரசனின் உடலை உரிய முறையில் தகனம் செய்யவேண்டியதன் அவசியத்தை எடுத்துரைத்தார். ராஜகுருவின் உபதேசப்படி எல்லா சடங்குகளும் செய்து மகனுக்கு எரியூட்டினர்.

12

எட்டாம் நாள் போர்

பருதிவந்து உதயமாம் பகலெட்டாம் தினம்
திருநபி முகம்மது பெயரர் சீர்சிறந்து
அருளிய ஒலி இபுராஹீம் ஆதியாம்
ஒருவனை வணங்கி அன்புற்று உறைந்தனர்

போர் தொடங்கி எட்டாம் நாளான அன்று வெள்ளிக்கிழமை. அனைவரும் ஜுமு'ஆ (கூட்டுத்தொழுகை) தொழும்பொருட்டு வசதியான இடம் ஒன்றைக்கண்டறிந்து அதைச் சுத்தம் செய்ய சுல்தான் உத்தரவிட்டார். அதன்படி சிறுது தொலைவில் அழகானதோரு சோலை தென்பட்டது. அதில் ஒரு வசதியான இடத்தில் மேலே பந்தலிட்டுத் தொழுவதற்கு வசதியாகக் கீழே விரிப்புகள் விரிக்கப்பட்டன.

அனைவரும் தங்கியிருந்த பாசறையைக் காவலின்றி விட்டுவிட்டு வந்தால் பகைவர் படை வந்து சூறையாடி விடலாம் என்று நினைத்த சுல்தான் தளபதி இமையானை அழைத்து, நீங்கள் உங்கள் வீரர்களுடன் அங்கே தங்கி காவல்புரியுங்கள், பாண்டியன் படை தாக்கவந்தால் எதிர்த்து சண்டையிட்டுக்கொண்டே எங்களுக்குத் தகவலும் அனுப்புங்கள் என்று கூறினார்.

அவ்விதம் பாசறையில் காவலுக்காகச் சென்றவர்களைத் தவிர்த்து மற்றவர்கள் அனைவரும் ஏற்கெனவே சோலையில் தயார் செய்யப்பட்ட இடத்தில் சுல்தானோடு வெள்ளிக் கிழமையின் கூட்டுத்தொழுகைக்காகச் சென்றனர். தொழுகைக்கான பாங்கு அழைப்பொலியை ஒருவர் சொன்னபிறகு, ஜும்'ஆப் பிரசங்கத்தை சுல்தான் நிகழ்த்தினார். பின்பு அவர் தலைமையில் அனைவரும் தொழுதனர். எல்லாம் முடிந்தபிறகு அங்கிருந்த மார்க்க அறிஞர்கள் கூடியிருந்தவர்களுக்கு நல்லுரை நிகழ்த்தினர்.

இவ்வளவு நேரமாகியும் யாரும் போருக்கு வரவில்லையே, என்ன விஷயம் என்று தெரியவில்லையே என்று பாண்டியன் குழம்பி நின்றான். விஷயம் அறிந்துவர ஒற்றர்களை அனுப்பினான். திரும்பிவந்த ஒற்றர்கள் சொன்ன செய்தி பாண்டியனுக்கு மட்டுமல்ல, கேட்ட எல்லாருக்குமே வியப்பாக இருந்தது.

வாரம் ஒருமுறை வெள்ளிக்கிழமையன்று கூட்டுத் தொழுகைக்காகக் கூடுவார்களாம். தலைவர் உரை நிகழ்த்துவாராம். அதற்காக தொலைவிலுள்ள ஓரிடத்துக்கு அனைவரும் சென்றுள்ளனராம். பாசறையின் காவலுக்கு இமையானை விட்டுச்சென்றுள்ளனர். நாம் இப்போது சென்று தாக்கினால் வெற்றி நமதே என்று உளவு பார்த்து வந்தவர் கூறினர்.

இது நல்ல வாய்ப்பு என்று கருதிய விக்கிரமன் பாசறையை நோக்கி படையுடன் விரைந்தான். இமையான் முன்வந்து மன்னனை எதிர்த்துப் பொருதினார். நீ இப்படியெல்லாம் திருட்டுத்தனம் செய்வாய் என்று தெரிந்துதான் எங்கள் தலைவர் என்னை இங்கே அனுப்பினார் என்று கூறிய இமையான் எதிரிகளைத்தாக்கி கடுமையான சேதத்தை உண்டாக்கினார்.

விக்கிரம பாண்டியன் கடுமையான கோபம் கொண்டான். ஆனாலும் இமையானின் போர்த்திறம் கண்டு வியந்தான். எதிரியாக இருந்தாலும் அவர்களின் போர்த்திறமையை வியப்பது அற்புதமான குணமல்லவா! ஆனாலும் இமையானால் தன் வீரர்கள் அதிக எண்ணிக்கையில் மடிவதைக்கண்ட விக்கிரமன் உயர்ந்த யானை ஒன்றின்மீது ஏறிக்கொண்டு இமையானை நோக்கி தன் சக்கராயுதத்தை எறிந்தான். அது

மிகச்சரியாகச் சென்று இமையானின் தலையை வெட்டிப் போட்டது. இமையானின் தலையற்ற முண்டம் கீழே விழுந்ததும் அங்கிருந்து உடனே வெளியேற முயன்ற மன்னனை இமையானின் வீரர்கள் மறித்தனர். அது ஒரு வித்தியாசமான சூழ்நிலைதான். ஏனெனில் தலைவன் வீழ்ந்துவிட்டால் வீரர்கள் சிதறி ஓடுவதுதான் பழக்கம். ஏனெனில் அவர்களின் வீரத்தின் அச்சே தலைவன்தான். ஆனால் அங்கே தலையே இல்லாமல் கிடந்த தலைவனுக்காக வீரர்கள் போரிட வந்தனர். ஆனால் மன்னன் அங்கிருந்து தப்பித்துச்சென்றான். அதோடு கூடாரத்துக்குத் தீவைக்கவும் உத்தரவிட்டுச் சென்றான்.

அவன் சிந்தனை இப்படி ஓடியது. விஷயம் தெரிந்து எப்படியும் சுல்தான் இமையானின் மரணத்துக்காக வீறுகொண்டு போரிட அங்கு விரைந்து வரக்கூடும். அப்படி ஒரு சண்டையில் தான் தோற்றுவிட்டால் பெருத்த அவமானம் ஏற்படும். எனவே இப்போது திரும்பிச்சென்று மறுநாள் காலை போதிய படைகளுடன் வந்து போரிடலாம் என்று எண்ணியவனாக திரும்பிச்சென்றான். ஆனால் இமையானின் வீரர்கள் சும்மா இருந்துவிடவில்லை. தொடர்ந்து பாண்டியப்படைகளைத் தாக்கிக்கொண்டிருந்தனர். எனவே ஒருவித பதற்றத்துடன் விரைந்து சென்று கோட்டைக்குள் நுழைந்தான் மன்னன்.

செய்தியறிந்து அங்கே விரைந்து வந்த சுல்தான் அவர்கள் இமையானின் உடலைப்பார்த்து ரொம்பவும் வேதனையடைந்தார். இமையானின் தியாகத்தையும் வீரத்தையும் புகழ்ந்தார்கள். பின்னர் இமையானின் உடலை நல்லடக்கம் செய்ய ஏற்பாடு செய்தபின் அனைவரும் கூடாரங்களுக்குத் திரும்பினர்.

13

ஒன்பதாம் நாள் போர்

திருவடி தொடுமோர் வட்டச் சிலையை அந்தரத்தி னிற்க
வருண் முகம்மது தன் பேரர் இபுராஹீம் வள்ளல்
இரவெலாம் வணக்கஞ் செய்தே இயல் பஜிர் தொழுதிறைஞ்சி
பரவினர் ஒன்பதா நாள் பருதி வந்துதித்த காலை

இரவெல்லாம் இறைத்தியானத்தில் கழித்தபின் காலைத் தொழுகையைத் தொழுது முடித்தார் சுல்தான். போர் துவங்கி அன்று ஒன்பதாம் நாள். இன்று பாண்டியன் என்றுமில்லாத உற்சாகத்தோடு சண்டைக்கு வருவான். எனவே நீங்கள் படைநடத்திச்செல்ல வேண்டும் என்று அன்பு மகன் அபூதாஹிரை அருகில் அழைத்து சுல்தான் சொன்னார்.

நான் போர்க்களத்துக்குச் சென்றபின், நீங்கள் இங்கே தனியாக இருப்பது பாண்டியனுக்குத் தெரிந்தால், ரகசியமாக இங்கு படையை அனுப்பி உங்களுக்கு அவன் தொல்லையும் துன்பமும் தர முயற்சி செய்வான். எனவே உங்கள் பாதுகாப்புக்குத் தேவையான வீரர்களை இங்கே வைத்துக்கொள்ளுங்கள் என்று கூறிய அபூதாஹிர் தந்தையின் பாதுகாப்புக்காக சில வீரர்களை

அங்கே விட்டுவிட்டு மீதிப்பேரை அழைத்துக்கொண்டு போர்க்களம் சென்றார்.

அவர்களைக்கண்ட பாண்டிய வீரர்கள் பாண்டியனிடம் விஷயம் சொல்ல ஓடிச்சென்றனர். அவையில் பாண்டியன் தன் குலத்தாரோடும் குடும்பத்தாரோடும் மந்திராலோசனையில் ஈடுபட்டிருந்தான். அவனிடம் அபூதாஹிர் படையுடன் வந்திறங்கியிருக்கும் விஷயத்தைக் கூறினார்கள்.

'மன்னா, கடந்த எட்டு நாட்களாக நடந்த போரில் கடைப்பிடிக்கப்பட்ட மந்தப்போக்கு இன்றைக்கு இருக்கக் கூடாது. இன்று நீங்களே முன் நின்று தலைமை தாங்கி படையை நடத்திச்செல்லவேண்டும்' என்று அவையோர் பாண்டியனிடம் கூறினர்.

'என் பிள்ளைகள் இருவர் போரில் இறந்துவிட்டதை எண்ணி நான் கலங்கிவிடவில்லை. நீங்கள் எல்லாருமே என் பிள்ளைகள்தான். நீங்கள் அனைவரும் என்னோடு போர்க்களம் வந்து என் கரங்களை வலுப்படுத்தவேண்டும். எதிரிகளைத் தூள்தூளாக்க வேண்டும்' என்று உணர்ச்சி பொங்கப் பேசினான். கேட்டவர்களின் உணர்ச்சியையும் தூண்டினான்.

'இன்னொரு திட்டமொன்றும் என்னிடம் உள்ளது. எதிரிப்படைத்தலைவன் போருக்கு வந்து திரும்பும்போது நீங்கள் ஐயாயிரம்பேர் மறைந்திருக்கவேண்டும். நான் விரோதியை எதிர்த்துப் போராடும்போது களைத்துவிட்டது போலவும், என் கை தளர்ந்துவிட்டது போலவும் பாசாங்கு செய்தவனாக நான் அவ்வழியே விரைந்து வருவேன். அவன் என்னைத் துரத்திக் கொண்டு வருவான். அப்போது நீங்கள் அனைவரும் மறைவிடங்களிலிருந்து வெளிப்பட்டு அனைவரும் சேர்ந்து அம்புமாரி பெய்து அவனை மாய்க்க வேண்டும்' என்று கூறினான். அனைவரும் அவ்விதமே செய்வதாக உறுதியளித்தனர்.

விக்கிரமன் கவச உடையணிந்து, மாலை சூடி, ஆயுதங்கள் தரித்தவனாக மிகவும் ஆடம்பரமாக போர்க்களத்துக்குக் கிளம்பினான். ஆனால் அங்கே அவனுக்கு முன்பாகவே அபூதாஹிர் வந்திருந்தார். அதைப்பார்த்த விக்கிமனுக்கு கோபமாக வந்தது.

'உன் படையில் பல ஆயிரம் பேர் மாண்டுவிட்டனர். உன் இரு மகன்களும்கூட இறந்துவிட்டனர். நீ இன்னும் போருக்கு வந்து நிற்கிறாய். நீ மெய்ப்பொருளை உணர்ந்து நற்கதியை அடையவேண்டும் என்பதே எமது குறிக்கோள். உனது இடத்தைப் பிடிப்பதோ, உன் நாட்டைக்கவர்ந்து கொள்வதோ அல்ல. நாங்கள் சொல்லும் சத்தியம் எத்தகையது என்பதை உணர்ந்து பார்க்கவோ, ஆராய்ந்து பார்க்கவோ நீ தயாராக இல்லை. பிடிவாதமாகப் போர்செய்து உன் படையினரையும் மக்களையும் இழந்து நிற்கிறாய். அடுத்து நீயும் நிச்சயம் உயிரிழப்பாய். இப்போதாவது நன்றாக சிந்தித்துப்பார்த்து, என் தந்தையை வந்து சந்தித்து அவர் கூற இருக்கும் இம்மையிலும் மறுமையிலும் பயன் தரக்கூடிய சொற்களைக் கேட்பாய். அவற்றை உன் உள்ளத்தில் ஏற்றிக்கொண்டால் நற்பேறு பெறுவாய்' என்று கூறினார்.

அவர் சொன்னதைக்கேட்டு கிண்டலாக மன்னன் சிரித்தான். 'நீங்கள் எப்போதும் இதே தொழிலாகத்தான் இருக்கிறீர்கள். உங்கள் மார்க்கத்தின் உயர்வு பற்றிப் பேசிக்கொண்டே இருக்கிறீர்கள். எங்கள் முன்னோர், மறையோரெல்லாம் சொன்ன நல்லறக்கொள்கைகள் எங்களிடம் இல்லையா என்ன? நீங்கள்தானா எமக்கு வழிகாட்ட வேண்டும்?'

'பொய்யை மெய்யாக்கி, ஏமாற்றி, பிறரை வஞ்சகமாக உம் வசமாக்கப் பார்க்கிறீர்கள். அதை நான் ஏற்க முடியாது. என் பிள்ளைகள் இருவரை நீங்கள் கொன்றதற்காக இன்று உங்களைக்கொன்று நான் பழிதீர்த்துக்கொள்ளப் போகிறேன். வா, போரைத் தொடங்குவோம்' என்று சொல்லி ஏளனமாகச் சிரித்தான். அபூதாஹிரும் போரிடத்தயாரானார்.

சண்டை வலுத்துக் கடுமையானது. அபூதாஹிரின் குதிரையை வேலினால் குத்தி வீழ்த்தினான் மன்னன். ஆனால் தன் மூத்தோர்களைப்போல சட்டென்று வேறொரு குதிரையில் ஏறிய அபூதாஹிர் எதிர்ப்பட்டவர்களையெல்லாம் கொன்று, மன்னன் முன்னால் சென்று அவன் அமர்ந்திருந்த யானையை வேலினார் குத்தினார்.

யானையின் கால்கள் காயமுற்று அது நிலைகுலைந்ததால் மன்னன் தேர்மீது ஏறிக்கொண்டான். தன் வேலாயுதத்தைப்

பயன்படுத்தி அபூதாஹிரின் குதிரையைக் கொன்றான். வழக்கம்போல் சட்டென்று இன்னொரு குதிரையில் தாவி ஏறிய அபூதாஹிர் மீண்டும் தன் வீரதீரச் செயலைத் தொடர்ந்தார். அவர் வீரத்தைக்கண்டு வியந்த பாண்டியன், இவனன்றோ சமரகோலாகலன் என்று மனதுக்குள் பாராட்டினான். என்னையும் வீழ்த்திவிடுவானோ என்று ஒருகணம் எண்ணிய பாண்டியன் அந்த இடத்தை விட்டு அகன்று வேறு இடத்துக்குச்சென்று விரோதிகளை வெட்டி வீழ்த்திக் கொண்டிருந்தான். இப்படியாக அன்று இரண்டு பக்கங்களிலும் பலர் உயிரிழந்திருந்தனர்.

மன்னன் நின்று போர்புரிந்துகொண்டிருந்த இடத்தை நோக்கித் தன் குதிரையைச் செலுத்திய அபூதாஹிர் தன் கை ஈட்டியால் விக்கிரமனின் இடது கையில் குத்தி அதனைச் செயலிழக்கச் செய்தார். மன்னன் தன் தேரைச்செலுத்திச்சென்ற பக்கமாக அவனைத்துரத்திக்கொண்டே அவரும் சென்றார்.

ஏற்கனவே போட்டிருந்த திட்டப்படி மறைந்திருந்த பாண்டிய வீரர்கள் வெளிப்பட்டு அபூதாஹிரின் உடல்மீது அம்புமழை பெய்தனர். அவரது உடல் சல்லடைபோல் துளைக்கப்பட்டது. அங்கே அபூதாஹிர் இறந்து விழுந்தார்.

மன்னனின் இடக்கரம் செயலற்றிருந்த அந்த நேரத்தில் சுல்தான் அவர்கள் வந்துவிட்டால் தன் உயிரையும் இழக்க நேரிடுமோ என்று அஞ்சிய விக்கிரமன் விரைந்து சென்று தன் அரண்மனைக்குள் புகுந்துகொண்டான். அபூதாஹிரின் வீரதீரச் செயல்கள் அவன் உள்ளத்தை ஆக்கிரமித்திருந்தன. தன் மனைவியிடம் அவரைப்பற்றிப் புகழ்ந்து பேசிக்கொண்டே இருந்தான்.

'வஞ்சகமான முறையில்தான் அவரைக்கொன்றோமே தவிர நேர்மையான முறையில் நிச்சயமாக அவரைக் கொன்றிருக்க முடியாது. சையிது இப்ராஹீமுடன் பொருதும்போது என் உயிரே போனாலும் பரவாயில்லை, ஆனால் கோட்டையை விட்டுத்தர மாட்டேன். என் இடதுகரம் செயலற்றுப் போய்விட்டதால் இனி நீங்கள்தான் நிலைத்து நின்று போரிட வேண்டும். சையிது இப்ராஹீம் சினங்கொண்டு திடீர்த்தாக்குதல் புரிந்தால் எதிர்ப்பதற்குத் தயாராக நின்று கோட்டையைக் காத்திடுங்கள்' என்று சொன்னான்.

வஞ்சகம் செய்து அபூதாஹிரைக்கொன்ற விக்கிரமனைப் பழிவாங்காமல் விடமாட்டோம் என்று முஸ்லிம் வீரர் கூட்டம் சபதம் ஏற்றது. அபூதாஹிரின் உடலை எடுத்துக்கொண்டு சென்று சுல்தான் வசம் ஒப்படைத்தது. சொல்லமுடியாத வேதனையுடன் சுல்தான் கண்ணீர் சிந்தினார். பின் உரிய முறையில் மகனுக்கு நல்லடக்கம் செய்துவிட்டு படையினருக்கு விடைகொடுத்து அனுப்பினார்.

14

பத்தாம் நாள் போர்

கருணை வந்துதித்த பத்தா நாளினிற் பார் தீண்டாத
திருவடி முகம்ம தென்னும் செம்மலின் பேர ரான
கருணைவா ழிபுராகீமொண் கண்மணித் தவிசின் மேவி
மரபினர் தமைக்க ழற்கால் வயவரை விளித்துச் சொல்வார்

பத்தாம் நாள் காலை சுல்தான் அவர்கள் தம் படைத்தலைவர்களையெல்லாம் ஒன்றுகூட்டி, 'என் மகன் அபூதாஹிர் இறந்துவிட்டார் என்று நீங்கள் யாரும் கவலை கொள்ளவேண்டாம். இறைவன் நமக்கு இறுதி வெற்றியைத் தருவான். பாண்டியனைப் போரில் மாய்ப்போம். என்னுடன் அனைவரும் போர்க்களம் புறப்படுங்கள்' என்று சொன்னார். உடனே தர்மத்தின் பக்கமே எப்போதும் நிற்கும் வீரர்கள் அனைவரும் தயாராக வந்து நின்றது.

'உங்களில் பாதிப்பேர் என்னோடு வாருங்கள். நாம் சென்று கோட்டைக்கு எதிரில் சக்கர வியூகம் அமைத்துப் போர்புரிய வேண்டும். அப்போது விக்கிரமன் நம்மோடு வந்து போர் புரிவான். சண்டை மும்முரமாக நடந்துகொண்டிருக்கும்போது நான் ஒரு ஒற்றன் மூலம் உங்களுக்குச் செய்தி அனுப்புவேன். செய்தி கிடைத்ததும் மற்றொரு பாதியினர் விரைந்து சென்று

கோட்டை மதில்களை நெருங்கி, ஏணிகள் வழியாக மேலேறி கோட்டை வாயிலைக் கைப்பற்ற வேண்டும்' என்று கூறினார்.

அந்தத்திட்டப்படி சுல்தான் கோட்டை வாயில்வரை செல்லவும் காவலர் விரைந்து மன்னனிடம் சென்று, கடல் போன்ற பெரிய சேனை ஒன்று வந்திருப்பதாகத் தெரிவித்தனர். அந்த செய்தியைக் கேட்டதும் மன்னும் மற்றவர்களும் அச்சத்தில் பதறினார்கள். இனி வெற்றிபெறுவது கடினம் என்னும் எண்ணம் வந்ததால் மன்னனின் உள்ளம் சோர்வடைந்தது. அந்த அச்சமும் சோர்வும் மனதளவில் அவனுக்குக் கிடைத்த முதல் தோல்வியாகும்.

'என் புதல்வர்களை இழந்தேன். என் ஒரு கையையும் இழந்தேன். எனக்கு முடிவுகாலம் வந்துவிட்டது என்று நினைக்கிறேன். ஆனாலும் போரிட்டு மடிவேனே தவிர, பாண்டியன் கடைசி நேரத்தில் கோழையாகிப்போனான் என்ற அவப்பேருக்கு ஆளாக மாட்டேன்' என்று அரற்றினான். பின் தன் படைத்தலைவர்களை அழைத்து சில கட்டளைகள் கொடுத்தான்.

'கோட்டை மதில்மீது கொத்தளம் ஒவ்வொன்றிலும் ஆயிரம் வீரர்கள் நிறுத்தப்பட வேண்டும். அதுபோக பத்தாயிரம் வீரர்கள் கோட்டைக்குள் காவலிருக்க வேண்டும். மீதிப்பேர் என்னோடு போர்க்களம் புகவேண்டும்' என்று சொன்னான்.

சொன்னபடி கிளம்பியபோது தன் படைகளை இரு பிரிவுகளாகப் பிரித்து அவன் நடுவில் சென்றான். அதேசமயம் சுல்தானும் தன் படையுடன் முன்னேறி வந்துகொண்டிருந்தார்.

இரு படைகளும் எதிரெதிராக சந்தித்தவுடனேயே சண்டையைத் துவக்குமாறு பாண்டியன் சொன்னான். போர் தொடங்கியது. பல நூறு பாண்டிய வீரர்கள் கொல்லப்பட்டனர். அந்தப் பேரழிவு கண்டு பாண்டியன் மனமுடைந்தான்

எங்குபோனாலும் இந்த சையித் இப்ராஹீமின் படை நம்மை விடாது போலிருக்கிறதே என்று நினைத்தான். நாம் மட்டும் இருந்து என்ன பயன்? வீரமாகப் போரிட்டு உயிரை விடுவது உசிதம் என்று எண்ணியவனாக கொஞ்சம் சோர்வுடன் தன் தேரைச்செலுத்தினான்.

சுல்தானும் அவனை நெருங்கி, 'நீ ஏன் இப்போரை வீணாகத் துவக்கியிருக்கிறாய்? நான் உன்னை நேர்வழியின் பக்கம் தானே அழைத்தேன்? பலதெய்வ வணக்கம் ஒழித்து, ஏக இறைவனை மட்டும் வணங்கி, இம்மையிலும் மறுமையிலும் நற்பேறு பெறத்தானே நான் உன்னை அழைத்தேன்; யோசி, இன்னும்கூட காலம் கடந்துவிடவில்லை. நான் சொல்வதைக்கேட்டுச் செயல்படு' என்று பாண்டியனுக்கு அறவுரை கூறினார்.

'நீவிர் கூறுவதும் நாங்கள் அறிந்திருப்பதும் ஒன்றுதான். அதற்காக நான் என் மதத்தினை மாற்றிக்கொண்டு உலகின் வசைக்கு ஆளாகமாட்டேன். வீண் பேச்சு எதற்கு? போரிட்டுப் பார்த்துவிடுவோம்' என்று சுல்தானுக்கு பதில் சொன்னான்.

பாண்டியனின் போர்த்திறமை கண்டு சுல்தான் உண்மையில் வியந்துகொண்டிருந்தார். ஒரு கை செயலிழந்த பின்னும் இந்த அளவுக்கு வீரத்துடனும் திறனோடும் போர் செய்யும் இவனுக்கு நிகர் இவனே என்று எண்ணினார். தான் ஏற்கனவே தயார் செய்து வைத்திருந்த ஒற்றனை அழைத்து மற்றொரு பகுதிப்படையினர் மதில்மீது ஏறமுயலும்படிச் சொன்னார்.

கட்டளை கிடைத்தவுடன் அதற்காக நியமிக்கப்பட்டவர்கள் மதில்மேல் ஏறத்தொடங்கினார்கள். பாண்டிய வீரர்கள் அதைத் தடுக்கக் கடுமையாக முயன்று கொண்டிருந்தார்கள். கை வெட்டப்பட்டும், தலை வெட்டப்பட்டும் ஏறும் முயற்சியில் தோல்வியுற்றுக் கீழே விழுந்தும், காயமுற்றும் பலர் இறந்து போயினர். ஆனாலும் கொடுக்கப்பட்ட ஆணைக்கிணங்க முயற்சி செய்துகொண்டே இருந்தனர். பலர் அந்த முயற்சியில் வெற்றியும் கண்டனர்.

சிலர் அப்படி மேலேறிவிட்டது மற்றவர்களுக்கு ஊக்கம் தருவதாகவும் உதவியாகவும் இருந்தது. கொத்தளங்களை ஒவ்வொன்றாகப் பிடித்துக்கொண்டே தொடர்ந்து முன்னேறி கோட்டையில் வாசல்வரை சென்றுவிட்டனர்.

கோட்டைக்கு வெளியே போர் வலுத்தது. சேதம் அளவுகடந்ததாக இருந்தது. அந்த நேரத்தில் கோட்டை வாயிலின் காவல் வீரர்கள் பலர் தப்பியோடி மன்னனிடம் வந்து, எதிரிகள் மதில்மேல் ஏறிவந்து கொத்தளங்களைப்

பிடித்துக்கொண்டு கோட்டை வாயிலை அடைந்துவிட்ட செய்தியைக் கூறினர்.

அப்போது எதிர்ப்பட்ட சுல்தானுக்கும் மன்னனுக்கும் மீண்டும் மோதல் கடுமையானது. அம்புமழை பொழிந்துகொண்டிருந்த சுல்தானின் குதிரையின் கால்களை வெட்டினான் பாண்டியன். கீழே குதித்த சுல்தான் கையில் ஒரு வேலை எடுத்து மன்னனைக் குறிபார்த்து வீசவும், அது அவன் வலது தோள்பட்டையை ஊடுருவி அதை அறுந்துவிழச்செய்தது. ஏற்கனவே இடது கை காயமுற்றிருந்த நிலையில் இப்போது வலது கையும் விழவே, அந்தக்கணமே விக்கிரம பாண்டியன் கீழே விழுந்து இறந்தான்.

சுல்தானின் வேலால் மன்னன் உயிரிழந்தான் என்ற செய்தி தெரிந்ததும் முஸ்லிம் படையினர் சுல்தானை மகிழ்வுடன் சுற்றிக்கொண்டனர். தன் வீரர்களின் வீரதீரச்செயல்களை சுல்தான் பாராட்டி அவர்களுக்கு ஊக்கமளித்தார். பல பரிசுகளையும் கொடுத்தார். அதோடு போரில் உயிரிழந்த முஸ்லிம் படையினரை உரியமுறையில் நல்லடக்கம் செய்யவும் உத்தரவிட்டார்.

விக்கிரமனின் கோட்டைக்குள் பிரவேசித்த சுல்தான் முக்கியமான இடங்களுக்கும் கருவூலத்துக்கும் தக்க காவலர்களை நியமித்தார். பின் அரசவைக்குள் நுழைந்து அரியணையில் அமர்ந்தார்.

மன்னனின் மரணச்செய்தி கேட்டு மயங்கி விழுந்த ராணிக்கு உணர்வு வந்ததும் வாயிலும் வயிற்றிலும் அடித்துக்கொண்டு ரொம்ப நேரம் அழுது புலம்பினாள். இறுதியாக இதோ நானும் வந்துவிடுகிறேன் என்று சொன்னவளின் உயிரும் அக்கணமே பிரிந்தது. ரொம்ப கற்புள்ளவளாகவும் கணவனை உயிருக்கு உயிராக நேசித்தவளாகவும் இருந்திருக்க வேண்டும். அவள் இறந்ததைக்கண்டு அரண்மனைப் பெண்கள் எழுப்பிய ஒலி சுல்தானுக்குக் கேட்டது. செய்தியறிந்த சுல்தான் ராணிக்காக அனுதாபப்பட்டார்.

விக்கிரமன் மற்றும் அவன் மனைவியின் உறவினரை அழைத்த சுல்தான், உரிய முறையில் அவர்கள் வழக்கப்படி ஈமச்சடங்குகளை நிறைவேற்றும்படி கேட்டுக்கொண்டார். அதன்பின் தன் வீரர்களை நோக்கி, 'நீங்கள் அனைவரும்

பாசறைக்குத் திரும்பிச் சென்று உங்கள் கூடாரங்களில் இன்று இரவைக் கழியுங்கள். நாளை மீண்டும் நாம் கோட்டைக்குத் திரும்புவோம் என்று கூறினார். பின் சுல்தானும் அங்கிருந்து கிளம்பித் தன்படையினருடன் தன் கூடாரத்தை அடைந்தார். ஆறு மாதங்களாக நடந்துகொண்டிருந்த சண்டை விக்கிரமனின் இறப்புடன் ஒரு முடிவுக்கு வந்தது

15

சுல்தானின் ஆட்சி

உலகெலாம் அமைத்துக் காக்கும் ஒருவனை முகம்ம தென்னும்
சலசலோ சனரை எண்ணித் தவம்புரிந்து இரவுநீங்கிப்
பலகலா நிதியாம் செங்கோற் பார்த்திபர் இபுராகீம் உன்
றுலகிமாமாகி நின்றே யாரையுந் தொழுவித்திட்டார்

மறுநாள் காலை தொழுது முடித்ததும், தன் சேனைத் தளபதிகள் சிலருக்கு சுல்தான் சில கட்டளைகளை அனுப்பினார். அவர்கள் கோட்டைக்குச்சென்று பாண்டிய மன்னனின் அரண்மனையிலிருந்த அனைவரையும் அங்கிருந்து மாற்று இடங்களுக்குச் செல்லவைத்து, மாளிகைகளை சுத்தப்படுத்தி வைக்கச்சொன்னார். அவர்கள் சொன்னபடி எல்லாக் காரியங்களையும் செய்து முடித்தபின் அவர்கள் சுல்தானுக்குத் தகவல் சொன்னார்கள்.

சண்டைகளில் இறந்துபோன தலைவர்களின் உடல்கள் பேழைகளில் பாதுகாக்கப்பட்டு வைக்கப்பட்டிருந்தன. அவற்றைப் பல்லக்குகளில் ஏற்றுமாறு சுல்தான் உத்தரவிட்டார். பின்பு பவனி செல்வதற்காகக் குதிரைகளைத் தயார் செய்து கொண்டுவருமாறு உத்தரவிட்டார். பவனி புறப்பட்டு, தன் படையினர் புடைசூழ, சிங்கக்கொடி முன்னே செல்ல,

பவித்திரமாணிக்கப்பட்டினத்தின் கோட்டைக்குள் ராஜாவாகச் சென்றார் சுல்தான்.

பின் அங்கிருந்து பாண்டிய மன்னனின் பட்டத்து யானை மீது அமர்ந்து நகர் உலா சென்றார். சுல்தானின் அழகான தோற்றத்தைப் பார்த்து நகர மக்கள் வியப்பும் சந்தோஷமும் அடைந்தனர். இறுதியாக அரண்மனைக்குள் நுழைந்த சுல்தான் அத்தாணி மண்டபத்தை அடைந்து பிஸ்மில்லாஹிர்ரஹ்மா நிர்ரஹீம் (அளவற்ற அருளாளனும் நிகரற்ற அன்புடையோனு மாகிய அல்லாஹ்வின் திருப்பெயரால்) என்று சொல்லி அரியணையில் அமர்ந்தார்.

உற்றார் உறவினர் சூழ மணித்தவிசில் அமந்த சுல்தான் முதல் பணியாக மறைந்த பாண்டிய மன்னனின் உறவினர்களிடம் இஸ்லாத்தை எடுத்துரைக்குமாறு சொன்னார். பின் அரசக் கருவூலங்களில் இருந்த செல்வங்களையெல்லாம் தன் முன் கொண்டுவரச் சொன்னார்.

பொன்னும் மணியும் மலைபோல் கொண்டுவந்து குவிக்கப்பட்டன. படை வீரர்களுக்கும் மற்றவர்களுக்கும் அவரவர் தகுதிக்கு ஏற்றபடி அதிலிருந்து எடுத்துக் கொடுத்தார். அதன்பின் இருந்த செல்வங்களைக் கணக்கிட்டு கருவூலத்தில் சேர்க்குமாறு உத்தரவிட்டார். அதோடு தகுதியான கருவூல அதிகாரிகளையும் நியமித்தார்.

மறைந்த மன்னனின் குலத்தைச்சேர்ந்த அரசவை உறுப்பினர்கள் மற்றும் அமைச்சர்கள் விலையுயர்ந்த காணிக்கைப் பொருள்கள் பலவற்றைக் கொண்டுவந்து கொடுத்து, எங்களைக் கருணையோடு ஆளவேண்டும் என்று கோரிக்கை வைத்தனர்.

விக்கிரமபாண்டியன் காலத்தில் அவர்களுக்கிருந்த உரிமைகள் அனைத்தும் நீடிக்கும் என்றும், தன் அரசாங்கத்துக்கு விசுவாசமாக அவர்கள் நடந்துகொள்ளவேண்டும் என்று சுல்தான் அவர்களிடம் கூறினார். அவ்வாறே செய்வதாக உறுதிமொழி கொடுத்துவிட்டு அவர்கள் சென்றனர்.

பின் பவித்திரமாணிக்கப்பட்டினக்கோட்டையின் மேற்குப்புற மதிலுக்கு மேற்காகவும் கடற்கரைக்கு வடக்காகவும் அமைந்திருந்த ஓர் அழகிய மணல்மேட்டினை சுல்தான் தேர்ந்தெடுத்தார். போர்க்களத்தில் உயிர்த்தியாகிகளாகிவிட்ட

தன் அருமை மகன் அபூதாஹிர், தளபதி அப்பாஸ், மைத்துனர் ஜெய்னுல் ஆபிதீன், தளபதிகளான செய்யிது காதிர், முஹ்யித்தீன் மற்றும் ஷம்சுத்தீன் ஆகிய ஆறு பேரின் உடல்கள் வைக்கப்பட்டிருந்த பேழைகளைக் கொண்டுவர உத்தரவிட்டு முறைப்படி அந்த ஆறுபேரும் அம்மணல் மேட்டுப்பகுதியில் அடக்கம் செய்யப்பட்டனர்.

சில நாட்களுக்குப்பின் தன் இளைய மகனான ஜெய்னுல் ஆபிதீனை மதினாவுக்குத் திருப்பி அனுப்ப முடிவு செய்தார். மதினாவிலிருந்து வந்திருந்த பல ஆண்களையும் பெண்களையும் அவரோடு அனுப்பினார்.

பாண்டிய நாட்டுக்கு அவர்கள் வந்ததிலிருந்து நடந்த நிகழ்ச்சிகள் எல்லாவற்றையும் விவரித்து ரோம் நகரில் ஆட்சியில் இருந்த மஹ்மூது பாதுஷாவுக்கு ஒரு நீண்ட கடிதம் எழுதி, அத்துடன் பொன்மணிகள், ஆடை ஆபரணங்களையும் அன்பளிப்பாகக் கொடுத்தனுப்பினார். அவர்கள் கப்பல்களில் பயணித்தனர். பல மாதங்கள் கழித்து அவர்கள் நலமுடன் போய்ச்சேர்ந்தது, ரோம் நாட்டு அரசரிடம் அன்பளிப்புகளைக் கொடுத்தது போன்ற எல்லா விபரங்களையும் அங்கிருந்து ஜெய்னுல் ஆபிதீன் எழுதிய கடிதம் தெரிவித்தது.

ஹிள்ர் நபியுடன் சந்திப்பு

இஸ்லாமிய வரலாற்றில் ஹிள்ர் என்று ஒரு இறைத்தூதர் உள்ளார். அவர் எல்லா இறைத்தூதர்களையும் இறைநேசர் களையும் அவ்வப்போது சந்தித்துள்ளார். அழிவில்லாத வாழ்வையும், நினைத்த இடத்தில், நினைத்த நேரத்தில், நினைத்த உருவில் தோன்றும் வல்லமையையும் அருளப் பட்டவர் அவர்.

அந்த ஹிள்ர் நபி சுல்தானைப் பார்க்க விரும்பினார். ஒரு நள்ளிரவில் ஒரு முதியவரின் உருவத்தில் சுல்தான்முன் தோன்றினார். வந்தவர் யார் என்பதை சுல்தான் விளங்கிக்கொண்டார். அவருக்கு சலாம் சொல்லி மகிழ்வுடன் அவரை வரவேற்றார். சலாத்துக்கு பதிலுறைத்த ஹிள்ர் சுல்தானின் அரியணையில் சென்று அமர்ந்துகொண்டார். அருகில் சென்ற சுல்தானை அன்புடன் அணைத்து அருகில் அமர்த்திக்கொண்டார். நீங்கள் இங்கு வந்த நோக்கம் என்ன

என்று சுல்தான் கேட்கவும், நான் மக்காவாசி, சொர்க்கம் சென்று தங்குவேன், பின் மீண்டும் அங்கிருந்து வந்துவிடுவேன். நபிபெருமானார் கட்டளைக்கிணங்க நீவிர் இங்கு வந்துள்ளது எனக்குத்தெரியும். உங்களுக்கு திருக்குர்'ஆனின் அத்தியாயம் ஒன்றை போதிக்க விரும்புகிறேன். அதை மந்திரம்போல எப்போதும் நீங்கள் ஓதிவரவேண்டும். நினைக்கும் காரியங்கள் யாவும் நிறைவேறும். எங்குவேண்டுமானாலும் சென்று வரலாம்.

ஒவ்வொரு வெள்ளிக்கிழமையும் புனித மக்கா சென்று புனித க'அபாவில் கூட்டுத் தொழுகையில் கலந்துகொள்ள விரும்பினால் அதை ஓதவேண்டும். உடனே ஒரு புலி தோன்றும். அதில் ஏறி அமர்ந்தால் அடுத்த வினாடி அது உம்மை மக்காவில் கொண்டுபோய்ச் சேர்க்கும். தொழுது முடித்தபிறகு உடனே இங்கே திரும்பி வந்துவிடலாம் என்று கூறி சுல்தானின் கரம்பற்றி அந்த மந்திரத்திருவசனத்தை கற்றுக்கொடுத்தார். அதை மனனம் செய்த சுல்தான் மறுமொழி சொல்வதற்குமுன் ஹிள்ர் மறைந்துபோனார். வந்தவர் ஹிள்ர்தான் என்பதை உறுதியாக உணர்ந்துகொண்ட சுல்தான் அவர் சொன்னபடி அந்தத் திருமறையின் வசனத்தை விடாமல் ஓதிவந்தார்.

அடுத்த வெள்ளிக்கிழமை வந்தபோது சுல்தான் அதை ஓத ஹிள்ர் சொன்னபடி ஒரு வேங்கை வந்தது. அதிலேறி மக்கா சென்று அங்கே ஜும்'ஆ தொழுதபின் அதிலேயே திரும்பி பவித்திரமாணிக்கப்பட்டினத்துக்கு வந்து அங்கும் இமாமாக நின்று தொழுகையை நிறைவேற்றினார். இப்படியே ஒவ்வொரு வெள்ளிக்கிழமையும் மக்கா சென்று தொழுதுவிட்டு மீண்டும் தன் நாட்டுக்கு வந்து தொழுவிப்பது ஒரு தொடர்வழக்கமாக மாறிப்போனது.

சையிது இஸ்ஹாக்கின் திருமணம்

சுல்தானின் தம்பியான சையிது இஸ்மாயீலின் மகனான சையிது இஸ்ஹாக் என்பவருக்கும் தன் தங்கை ராபியாவின் மகளான ஜைனப் என்பவருக்கு திருமணம் செய்துவைக்க சுல்தான் நாடினார். ராபியாவை அழைத்துத் தன் விருப்பத்தைச் சொன்னார். ராபியா ரொம்ப சந்தோஷப்பட்டார். குடும்பத்திலிருந்த அனைவருக்கும் அந்த இணைப்பில் விருப்பமிருந்தது. திருமணம் நிச்சயிக்கப்பட்டது.

அண்டை நாட்டு அரசர்களுக்கெல்லாம் அழைப்பு அனுப்பப் பட்டது. பவித்திரமாணிக்கப் பட்டின மக்கள் அனைவரும் அறிந்துகொள்ளும் வகையில் முரசறைந்து அறிவிப்பு செய்யப்பட்டது. நகர் முழுவதும் அலங்கரிப்பட்டு புதிய பொலிவடைந்தது. மக்களின் சந்தோஷத்தையும் சேவையையும் பார்த்து சுல்தான் மிகவும் சந்தோஷப்பட்டார்.

தென்னிந்திய ராஜாக்களின் வரலாற்றில் அதிபிரம்மாண்டமாக நடத்தப்பட்ட திருமணம் அதுதான். ஆயிரக்கணக்கான யானைகளும், அரேபியக்குதிரைகளும், ஒட்டகங்களும் ஊர்வலமாகச் சென்றன. மன்னரின் கோட்டை பிரம்மாண்டமாக விளக்குகள் ஏற்றி ஒளியூட்டப்பட்டிருந்தது. பவித்திரமாணிக்கப் பட்டினம் பூராவும் ஒரு வாரத்துக்கு விளக்குகளால் அலங்கரிக்கப்பட்டு ஒளிமயமாகத் திகழ்ந்தது. பக்கத்து மாநிலங்களிலிருந்த பல அரசர்கள் விருந்துக்கு அழைக்கப்பட்டு கௌரவிக்கப்பட்டனர். நாட்டிலிருந்த குடிமக்கள் அனைவருக்கும் முன்று நாட்களுக்கு விருந்து கொடுக்கப்பட்டது.

திருமண நாளன்று மாப்பிள்ளையை நீராட்டி, சீராட்டி, யானைமீது அமர வைத்து ஊர்வலமாக ஊர் முழுவதும் உலா வரச்செய்தனர். திருமணப்பந்தலுக்கு மணமகன் வந்திறங்கியதும் உரிய இடத்தில் அவரை அமரவைத்தனர். மார்க்க அறிஞர்களும் பல நாட்டு அரசர்களும் சூழ்ந்திருந்தனர். மணமகள் ஜைனபுக்கும் சிறப்பான முறையில் அலங்காரம் செய்யப் பட்டிருந்தது. பின் திருமணம் உரிய பெரியோர்களால் நிகழ்த்தி வைக்கப்பட்டது.

திருமணம் முடிந்த நான்காம் நாள் சையிது இஸ்ஹாக்குக்கு இளவரசர் பட்டம் சூட்டிட சுல்தான் விரும்பினார். உடனே அதற்கான அனைத்து ஏற்பாடுகளும் செய்யப்பட்டன. பாண்டிய நாட்டு சிற்றரசர்களும் பொதுமக்களும் சூழ்ந்திருக்க இஸ்ஹாக்குக்கு இளவரசர் பட்டம் முறைப்படி சூட்டப்பட்டது. அந்த இடமே வாழ்த்தொலிகளாலும் பரிசுப்பொருள்களாலும் நிறைந்தது.

16

சுல்தானின் உயிர்த்தியாகம்

ஓங்கு மாநிலத்தின் நபி மார்களின் உயிரை
வாங்கல்போல் இசிராயீல் வாங்கிட உடல் ஆவி
நீங்கி னார்சகீ தாகினார் நிறைதர சாத்துத்
தாங்கி னாருயர் பொற்பதி மீது சார்ந்தனரே

சுல்தான் அவர்கள் பாண்டிய நாட்டின் அரியணையேறி அரசராக, பவித்திர மாணிக்கப்பட்டினம் என்று வழங்கப்பட்ட பகுதியை கி.பி.1195 முதல் 1207 வரை பன்னிரண்டு ஆண்டுகளும் ஏழு மாதங்களும் ஆட்சி புரிந்தார். இதுவே தமிழ் மண்ணில் தோன்றிய முதல் முஸ்லிம் மன்னராட்சியாகும். இதன் தலைநகரம் பௌத்திர மாணிக்கப் பட்டிணமாகும்.

சுல்தான் சையது இப்ராஹீம் தமது ஆட்சிக் காலத்தில் நாணயங்களை வெளியிட்டார். அவரது சம காலத்தவர் சோழ நாட்டை ஆண்ட மூன்றாம் குலோத்துங்கன் என்பது குறிப்பிடத்தக்கது. மார்க்கப் பிரசாரத்துக்காக சுல்தான் தென்னாட்டில் வந்து இறங்கிய காலகட்டத்தில் நாடுபிடிக்க வந்திருப்பாரோ என்று நினைத்து பயந்துபோன மதுரையை ஆண்ட திருப்பாண்டியன் மதுரையை விட்டு ஓடி திருப்பதிக்குச்சென்று வாழ்ந்து வந்தான்.

தன் சகோதரனான விக்கிரம பாண்டியனை வென்று தென்னாட்டில் ஆதிக்கம் செலுத்தி வந்த சுல்தானை ஒழிக்கத் தக்க தருணம் பார்த்துக்கொண்டே இருந்தான் திருப்பாண்டியன். அதற்காகத் திட்டமிட்டுக்கொண்டே இருந்தான். அந்த நோக்கம் நிறைவேற முதல்கட்டமாக இரண்டு உளவாளிகளைத் தேர்ந்தெடுத்து அனுப்பி வைத்தான்.

அவர்களிருவரும் முதலில் பவுத்திரமாணிக்கப்பட்டினம் வந்தனர். பாண்டியனின் உறவினர் பலரோடு தொடர்பு கொண்டு தகவல்களைச் சேகரித்தனர். சுல்தானின் கோட்டைக் கொத்தளங்கள் யாவும் போதிய எண்ணிக்கையில் வீரர்களின்றி இருக்கும் முக்கியமான தகவலைத் தெரிந்துகொண்டனர்.

தன்னோடு வந்த பல ஆயிரம் பேர்களில் ஆயிரம் பேரை மட்டும் வைத்துக்கொண்டு மீதிப்பேரை சுல்தான் மக்காவுக்கே திருப்பி அனுப்பிவிட்டார்கள். அதோடு, மாபெரும் வீரர்களாக இருந்த அப்பாஸ், அபூதாஹிர், ஷம்சுத்தீன், முஹ்யித்தீன் போன்றவர்கள் ஏற்கனவே நடந்த போர்களில் இறந்திருந்தனர். அதனால் ஏற்பட்ட ஆள் பற்றாக்குறை அது. பன்னிரண்டு ஆண்டுகளுக்கு முன்பிருந்த படையில் பத்தில் ஒரு பங்குகூட சுல்தானிடம் அப்போது இல்லை. பவுத்திர மாணிக்கப்பட்டினம், மதுரை ஆகிய இரு கோட்டைகளிலும் அதே நிலைதான்.

இந்தத் தகவல்களையெல்லாம் தெரிந்துகொண்ட ஒற்றர்கள் மதுரைக்குச் சென்றனர். மதுரைக்கோட்டையின் அதிபதியாக இருந்த சிக்கந்தர் என்பவரின் ஆட்சியிலும் நிலமை அவ்வாறே இருந்ததையும் தெரிந்துகொண்டனர். பின்னர் சொக்கநாதர் ஆலயத்துக்குச் சென்று வணங்கியபின் திருப்பதிக்குத் திரும்பிச் சென்றனர். படையெடுத்து நாட்டைக் கைப்பற்ற இதைவிட ஒரு நல்ல சந்தர்ப்பம் கிடைக்காது என்றும் திருப்பாண்டியனிடம் அவர்கள் கூறினர்.

அதைக்கேட்ட திருப்பாண்டியன் ரொம்ப சந்தோஷப்பட்டான். உடனே படையெடுப்புக்கான ஆயத்தங்களைச் செய்யத் தொடங்கினான். தன்வசமுள்ள படைகள் போதாது என்பதால் தெலுங்கு தேச மன்னனிடம் உதவி கேட்டான். அவனும் மகிழ்ச்சியுடன் இணங்கி திருப்பாண்டியனின் உதவிக்காக பெரும்படை ஒன்றை அனுப்பிவைத்தான்.

தொண்டை நாட்டையும் சோழ நாட்டையும் கடந்து பாண்டிய நாட்டு எல்லையையும் கடந்து மதுரையை நெருங்கி பாடியிறங்கினான்.

செய்தியறிந்த சிக்கந்தர், மிகப்பெரும் படையோடு திருப்பாண்டியன் மதுரைக்கு அருகில் வந்திறங்கியிருக்கும் தகவலை சுல்தானுக்குச் சொல்லியனுப்பி, மதுரையைப் பாதுகாக்க தன்னிடம் போதிய படைகள் இல்லாததால் உதவிக்குப் படை அனுப்பித்தருமாறு சுல்தானுக்கு அவசரக் கடிதம் ஒன்றை அனுப்பினார்.

இன்னொரு பக்கம் திருப்பாண்டியன் தன் தூதுவர்களை சிக்கந்தரிடம் அனுப்பிவைத்தான். எதிர்ப்பு எதுவுமின்றி கோட்டையைத் தன்வசம் ஒப்படைத்துவிட்டால் சும்மா விட்டுவிடுவதாகவும், இல்லையெனில் கடும் தாக்குதல் நடத்திக் கோட்டையைக் கைப்பற்ற நேரிடும் என்றும் எச்சரித்தான்.

அந்தத் தகவலைப் பெற்றுக்கொண்ட சிக்கந்தர், கோட்டையை ஒப்படைக்க முடியாதென்றும், போர்க்களத்தில் சந்திப்போம் என்றும் பதில் சொல்லி அனுப்பினார்.

கடுப்பாகிப்போன திருப்பாண்டியன், நாளையே போர் துவங்கும் என்று சொல்லி அதற்கான எல்லா ஏற்பாடுகளையும் செய்யக் கட்டளையிட்டான்.

சொன்னபடியே அடுத்தநாள் திருப்பாண்டியனின் படை திரண்டு வந்து, கோட்டை மதில்களை நெருங்கி போர்முரசு கொட்டியது. மதுரைகோட்டையின் அதிபர் சிக்கந்தரும் தன் படையினருடன் வெளியில் வந்தார். இரு தரப்பினரிடையேயும் கடுமையான போர் துவங்கியது. இரண்டு பக்கமும் உயிர்ச்சேதம் அதிகமாக இருந்தது. ரத்தம் ஆறுபோல ஓடியது. ஆயிரக்கணக்கான வீரர்கள் பிணங்களாகவும் குற்றுயிராகவும் கிடந்தனர்.

அப்போது இருள் சூழ்ந்து இரவாகிவிடவே சண்டையை முடித்துக்கொண்டு விலகிச்சென்றனர்.

கோட்டைக்குச் சென்ற சிக்கந்தருக்கு சுல்தானிடமிருந்து ஓலை வந்திருந்தது. நீவிர் மதுரைக்கோட்டையில் உள்ள தளவாடங்கள் மற்றும் அனைத்து ஆயுதங்களையும் எடுத்துக்கொண்டு

போர்வீரர்களுடன் என்னிடம் விரைந்து வந்துவிடுங்கள் என்று ஓலை சொன்னது.

எனவே சுல்தானின் கட்டளையை சிரமேற்கொண்டு புறப்படுவதற்கான ஏற்பாடுகளைச் செய்தார் சிக்கந்தர். படைத்தலைவர்களை அழைத்து சுல்தானின் கட்டளையை அறிவித்தார். அனைவரும் மிகவும் துரிதமாகச் செயல்பட்டனர். அதிகாலை நேரத்தில் அவர்கள் பவுத்திரமாணிக்கப்பட்டினத்தை நோக்கிப் பயணமாயினர்.

அந்த செய்தி திருப்பாண்டியனுக்குத் தெரிந்திருந்தது. ஆனால் அவன் அவர்களைத் தடுக்க எந்த முயற்சியும் செய்யவில்லை. தன் சேனை, ஆயுதங்கள் எல்லாவற்றோடும் பவுத்திர மாணிக்கபட்டினதைச் சென்றடைந்தார் சிக்கந்தர். திருப்பாண்டியன் அடுத்து அங்கேதான் வருவான் என்று சிக்கந்தர் சொன்னார். சுல்தானுக்குக் கடுமையான கோபம் வந்தது. மதுரையிலிருந்து கொண்டுவரப்பட்ட எல்லாப் பொருள்களும் பத்திரப்படுத்தப்பட்டன.

மதுரை மாநகரினுள் நுழைந்த திருப்பாண்டியன் அரச மாளிகைக்குள் சென்று அமர்ந்து கோட்டையின் பாதுகாப்பை வலுப்படுத்தத் தேவையான நடவடிக்கைகளை மேற்கொண்டு முடித்து, சிவன் கோயிலுக்குச்சென்று நன்றி கூறிவிட்டு, மேலும் தனக்குப் பல வெற்றிகளைத் தருமாறு வேண்டிக்கொண்டபின், சில நாட்கள் மதுரையிலேயே தங்கி அடுத்த படையெடுப்புக்கான ஏற்பாடுகளை செய்யத்தொடங்கினான்.

சில நாட்களுக்குப்பிறகு பாண்டியனின் படை புறப்பட்டது. பவுத்திர மாணிக்கப்பட்டினத்தை நெருங்கியபோது அங்கே அவர்களைத் தடுத்து நிறுத்த முயன்ற காவல்படையை தாக்கி முறியடித்து முன்னேறிச்சென்று கோட்டைக்கு வெளியே படையிறக்கினான் பாண்டியன். மறுநாள் சுல்தானிடம் சில தூதுவர்களை அனுப்பினான்.

'உமது நாட்டைவிட்டு இங்கே வந்து எங்கள் நாட்டினைக் கைப்பற்றி இதுவரை இருந்துவிட்டீர்கள். இனியும் எம் நாட்டில் இருப்பது முறையல்ல. நாளை பொழுது புலரும் முன் உங்கள் ஆட்களுடன் எங்கள் நாட்டைவிட்டு வெளியேறிவிட வேண்டும். இதற்கு இணங்காவிட்டால் நாளையே

போர்க்களத்தில் எங்களைச் சந்திக்கவேண்டிவரும்' என்று செய்தி அனுப்பினான்.

'எம்மைக்கண்டு அஞ்சியோடி திருப்பதியில் ஒளிந்துகொண்ட திருப்பாண்டியன் அங்கேயே இருக்காமல், இப்போது இங்கு வந்து எங்களை மிரட்டுவது நகைப்புக்குரியது. மரணமே அவரை இங்கே இழுத்துவந்துள்ளது போலும். நாளை போர்க்களத்தில் சந்திப்போம்' என்று அவனுக்கு சுல்தான் பதில் அனுப்பினார்.

மறுநாள் காலை தன் சேனைத்தலைவர்களை மந்திராலோசனைக்கு அழைத்தான் திருப்பாண்டியன்.

'செய்யிது இப்ராஹீம் தந்திரங்களில் வல்லவர். அதனால்தான் மாவீரனான என் சகோதரன் விக்கிரமனையும் அவன் பிள்ளைகளான இரு இளவரசர்களையும் பத்துநாள் போரில் கொன்று, இத்தனை ஆண்டுகள் அவரால் இங்கே ஆட்சி செய்ய முடிந்துள்ளது. எனவே நாமனைவரும் ஒன்றுபட்டு நின்று போரில் அவரை வெற்றிகொள்ள வேண்டும்' என்று கூறினான். அவன் விருப்பப்படியே பாண்டியப்படை போர்க்கோலம் பூண்டு அவன் தலைமையில் திரண்டு நின்றது.

சிக்கந்தர், இஸ்ஹாக் ஆகிய இருவரையும் கோட்டைக்குக் காவலாக நிறுத்திவிட்டு, படைவீரர்களுடன் சண்டைக்குத் தயாராக சுல்தான் கோட்டையைவிட்டு வெளியில் வந்து நின்றுகொண்டிருந்தார்.

யாரந்தப் பாண்டியன் என்று அவர் அழைக்கவும், நானே என்று திருப்பாண்டியன் முன்னே வந்தான்.

'வெட்கமில்லாமல் நாட்டைவிட்டு ஓடி திருப்பதியில் ஒளிந்துகொண்டிருந்த உனக்கு இன்றுதான் மீண்டும் வீரம் திரும்பியதோ? உனக்குத்தான் நாங்கள் ஒரு கோட்டையை விட்டுக்கொடுத்துள்ளோமே, அதோடு அமைதியடையாமல் ஏன் வீணாக இங்கே வந்து நின்றுகொண்டிருக்கிறாய்?' என்று கேட்டார்.

'நீ ஒரு கோட்டையைக் கொடுத்துவிட்டால், உடனே நான் உனக்கு அடிமையாகிவிட வேண்டுமா? அது எனக்குப் பெருமையல்ல. இன்று உன்னோடு சண்டையிட்டு உன்

தலையைக் கொய்து என் நாட்டை நான் திரும்ப அடைவதே எனக்குப்பெருமை' என்று கூறினான்.

போர் துவங்கியது. போகப்போக அதன் தீவிரம் கடுமையானது. பாண்டியப்படைக்குள் புகுந்த சுல்தான் எதிர்த்தோரையெல்லாம் வெட்டிச் சாய்த்துக்கொண்டிருந்தார். அதேபோல பாண்டியனும் சுல்தானின் படைக்குள் புகுந்து துவம்சம் செய்து கொண்டிருந்தான். அதைப்பார்த்ததும் சுல்தான் பாண்டியனை நெருங்கினார். அவன் ஏறி உட்கார்ந்திருந்த யானையின் துதிக்கை துண்டாகி விழும்படி ஆக்ரோஷமாக வெட்டினார். யானையும் கீழே விழுந்தது. உடனே பாண்டியன் ஒரு தேரின்மீது ஏறிக்கொண்டான்.

தேரிலிருந்தபடியே ஒரு வேலினால் சுல்தானின் குதிரையைக் குத்திக்கொன்றான். சுல்தான் உடனே இன்னொரு குதிரைமேல் ஏறி தன் கதாயுத்தத்தால் பாண்டியனின் தேரை அடிக்க, அந்த அதிர்ச்சியில் தேர்க்குதிரைகள் மடிந்தன. தேரோட்டியும் உயிரிழந்தான். ஆனால் திருப்பாண்டியன் சும்மா இருந்துவிட வில்லை. சுல்தானின் இன்னொரு குதிரையையும் வெட்டிக் கொன்றான்.

சுல்தானின் இறப்பு

இப்போது இரு மன்னர்களும் வாகனம் ஏதுமின்றி தரையில் நின்று சண்டையிட்டனர். பிற்பகல் வரை அந்தக்கடும் சண்டை நீடித்தது.

தன் வேல் கொண்டு திருப்பாண்டியனை ஒரு கட்டத்தில் சுல்தான் குத்தவும் அவன் கடுமையாகக் காயமடைந்தான். காயமும் கடுப்புமாக தன் வாளால் அவன் சுல்தானை வெட்டினான். வாளின் வெட்டு மிகவும் பலமாக இருந்தது. அதனால் உடனே சுல்தான் மயங்கி விழுந்தார். கொஞ்ச நேரத்தில் அவர் உயிரும் பிரிந்தது. அன்று திங்கள் கிழமை என்றும் வியாழக்கிழமை என்று கூறப்படுகிறது. இது நடந்தது துல்காயிதா மாதம் பிறை 23. (கிபி 17.09.1198) என்றும் கிபி 1207ம் ஆண்டு என்றும் கூறப்படுகிறது. அப்போது சுல்தானுக்கு வயது அறுபத்தாறு என்று அவரின் வாழ்க்கை வரலாற்றை எழுதியவர்களில் ஒருவரான ஜமால் கூறுகிறார்.

நபிபெருமானார் சுல்தானின் கனவில் வந்து தமிழ்நாட்டுக்குச் சென்று இஸ்லாத்தைப் பரப்பும்படி கட்டளையிட்டபோது, அந்த முயற்சியில் இறுதியில் தான் ஷஹீதாக வேண்டும் என்று விருப்பம் தெரிவித்ததாகவும், அப்படியே ஆகட்டும் என்று பெருமானார் சொன்னதாகவும்கூட எழுதப்பட்டுள்ளது.

சுல்தான் வெட்டுப்பட்டு இறந்துவிட்ட செய்தி கோட்டைக் குள்ளிருந்த சிக்கந்தர், சையிது இஸ்ஹாக் ஆகியோருக்குச் சொல்லப்பட்டது. வேதனையுடன் அவர்கள் விரைந்து வெளியில் வந்தனர்.

இதற்கிடையில் சுல்தானின் தலையைத் தனியாக வெட்டிக்கொண்டு வரும்படி திருப்பாண்டியன் சிலரை ஏவியிருந்தான். அதில் அதிக ஆர்வம் காட்டியவன் திருப்பாண்டியனின் உறவினன் சமரகோலாகலன். ஆனால் அப்படி எதுவும் நடக்காமல் அங்கிருந்த பாசமிகு வீரர்களால் பாண்டிய வீரர்கள் விரட்டியடிக்கப்பட்டனர். சுல்தானின் உடலுக்குப் பாதுகாப்பாக நின்றுகொண்டிருந்தவர்களில் ஒருவர் சுல்தானின் தம்பி மகனான சையிது இஸ்ஹாக்.

அவரது உடல் அழகால் கவரப்பட்ட திருப்பாண்டியன், 'அந்த வீரனை உயிரோடு பிடித்து என்முன் கொண்டு வாருங்கள்' என்று உத்தரவிட்டான். ஆனால் யாரும் தன்னை நெருங்கவிடாமல் அவர் வாள் வீசிய அழகையும் அவன் ரசித்தான். சையித் இஸ்ஹாக்கின் வீரத்தாலும் அழகாலும் பெரிதும் கவரப்பட்ட பாண்டியன் அவரது அருகில் வந்து பேசினான்.

'இளைஞரே, உம் தந்தையின் தலையைக் கொய்யும் விருப்பத்தைக் கைவிட்டுவிட்டேன். அவர் உடலை எடுத்துக் கொண்டுபோய் நல்லமுறையில் அடக்கம் செய்யுங்கள். தொடர்ந்து போர்செய்யாமல் கோட்டையை என் வசம் ஒப்படைத்துவிடுவதானால் சில கிராமங்களை உமக்கு மானியமாக வழங்கிவிடுகிறேன்' என்று சொன்னான்.

சையிது இஸ்ஹாக் பதிலொன்று சொல்லாமல் மௌனமாக நின்றுகொண்டிருந்தார். தான் சொன்னதை அவர் நம்பவில்லை என்பதை உணர்ந்துகொண்ட திருப்பாண்டியன், தன் வாளை நேராக நிறுத்தி அதன்மீது சத்தியம் செய்து சொன்னான். அதை ஏற்ற இஸ்ஹாக் அவனுக்கு நன்றி சொன்னார்.

'நான் இன்னும் நான்கு நாட்களுக்கு என் பாசறையிலேயே தங்கியிருப்பேன். நீங்கள் உங்கள் பொருள்களையெல்லாம் எடுத்துக்கொண்டு உம் சொந்தங்களுடன் கோட்டைக்கு வெளியில் உள்ள அரண்மனைக்குச் சென்று வசிக்கலாம். உம் தந்தையை முறைப்படி அடக்கம் செய்துகொள்ளுங்கள்' என்று கூறிவிட்டுத் தன் பாசறைக்குத் திரும்பினான்.

சுல்தான் சையிது இப்ராஹீம் அவர்களை அவர்களின் தாயார் அடக்கம் செய்யப்பட்டிருந்த இடத்துக்குக் கீழ்ப்புறமாக அடக்கம் செய்தார்கள். மூன்றாம் நாள் சடங்குகளெல்லாம் முடிந்தபின் கோட்டையை விட்டு வெளியில் சென்று வெளியே இருந்த அரண்மனையில் குடியேறினார்கள். அவரோடு அவர் குடும்பத்தினர் மட்டுமின்றி, சிக்கந்தரும் நெருங்கிய உறவினர்களும் வேலையாட்களும் அரண்மனைக்குச் சென்றனர்.

நான்கு நாட்கள் கழித்து திருப்பாண்டியன் மீண்டு தன் அரியாசனத்தில் அமர்ந்தான். வெளி அரண்மனையிலிருந்த சையித் இஸ்ஹாக் தன்னை வந்து பார்க்கவேண்டும் என்று அழைப்பு அனுப்பினான். அதை ஏற்ற அவர் தன் பரிவாரம் மற்றும் சிந்தந்தர் போன்றோருடன் அரண்மனைக்குள் செல்ல, அத்தாணி மண்டபத்திலும் நுழைந்ததும் திருப்பாண்டியன் எழுந்துநின்று அவரை வரவேற்றான்.

'என் அரசும் உம் அரசுதான். உம் தாய் எனக்கும் தாயாவார்' என்றெல்லாம் இனிக்க இனிக்கப் பேசினான். அவருக்குப் பல பரிசுகளைக் கொடுத்ததோடு பல கிராமங்களையும் மானியமாகக் கொடுத்தான். மீண்டும் வாழ்த்தி அவர்களைத் திருப்பி அனுப்பினான்.

ஆனால் திருப்பாண்டியனின் உடல்நிலையும் நாளுக்கு நாள் மோசமாகிக்கொண்டுதான் வந்தது. சுல்தானின் வாள் வீச்சின் வெட்டும் வேலால் குத்திய காயமும் பலமாக அவனைத் தாக்கியிருந்தது. எவ்வளவோ சிகிச்சை செய்தும் ஒரு மாதத்துக்கும் மேலாக அந்தக் காயம் ஆறாமல் வேதனை கொடுத்துக்கொண்டிருந்தது.

ஒரு மாதமும் ஏழு நாட்களும் சென்றபின் தன் நெருங்கிய உறவினனான சமரகோலாகலன் எனும் பாண்டிய இளவரசனை புண்ணிய நீராட்டி, புத்தாடை அணிவித்து, பட்டத்து யானைமீது

அமர்த்து, தாரை தப்பட்டை முரசு வாத்தியங்கள் முழங்க பவனி வந்து, அவனை சிம்மாசனத்தில் அமரவைத்து, மகுடம் சூட்டி அவனே இனி மன்னன் என்று அறிவித்தான். சமரகோலாகலன் அவனுக்கு என்ன உறவு என்று எந்தக் குறிப்பும் வரலாற்று நூல்களில் இல்லை.

சமரகோலாகலனுக்கு முடிசூட்டப்பட்ட பிறகான மூன்று நாட்களில் திருப்பாண்டியனின் உயிரும் அவன் உடலைவிட்டுப் போனது. சமரகோலகலனின் ஆட்சி தொடங்கியது. சுல்தான் அவர்களது குடும்பத்தை மிக்க மரியாதையுடன் நடத்தி இன்றைய ஏர்வாடிப்பகுதியை சுல்தானின் குடும்பத்தினர் ஆட்சி செய்ய அனுமதித்தது சமர கோலகலப் பாண்டியன்தான் என்கிறது இன்னொரு வரலாற்று நூல்.

ஏர்வாடி சில குறிப்புகள்

ஏர்வாடி என்ற சொல் தமிழ்ச்சொல் அல்ல. மதினாவுக்கு யத்ரிப் என்று ஒரு பெயர் உண்டு. யத்ரிப் என்ற சொல்தான் பிற்காலத்தில் மருவி ஏர்வாடி ஆகிவிட்டது என்றும், மதினாவில் 'யர்புத்' என்ற பகுதியிலிருந்து சுல்தான் அவர்கள் வந்ததால் அந்த சொல்லே மருவி ஏர்வாடி ஆனது என்றும் சொல்லப்படுகிறது.

சுல்தான் அவர்கள் ஆட்சி செய்த பௌத்திர அல்லது பவித்திர மாணிக்கப்பட்டினத்திற்குத் தெற்கே இருபது கல் தொலைவில் உள்ளது இந்த ஊர். பௌத்திர மாணிக்கப்பட்டினம் என்பது கீழக்கரை, ஏர்வாடி பகுதிகளைக்குறிக்கும் என்றும் சொல்லப்படுகிறது. ஏறுபடி என்பதுதான் மருவி ஏர்வாடி ஆகிவிட்டது என்கிறார் வண்ணக்களஞ்சியப்புலவர்.

ஏர்வாடி தர்கா சில தகவல்கள்

அந்தப்பகுதி ஏர்வாடி தர்கா மற்றும் காட்டுப்பள்ளிவாசல் என்று இரண்டு பிரிவுகளாக உள்ளது. அப்பிரிவுகளில் நூற்றுக் கணக்கான மண்ணறைகள் உள்ளன. அவைகளில் அடக்கம் செய்யப்பட்டுள்ளவர்களில் மிக முக்கியமான சிலரின் பெயர்கள்:

1. சுல்தானின் மனைவி சையிது ஃபாத்திமா, 2. சுல்தானின் மகனார் சையிது அபூதாஹிர், 3. சுல்தானின் தங்கை சையிது

ராபியா, 4. சுல்தானின் மைத்துனர் சையிது ஜெய்னுல் ஆபிதீன், 5. சுல்தானின் தளகர்த்தர் ஷம்சுத்தீன். 6. கமருத்தீன். 7. நூருத்தீன், 8. பிரதம தளபதி அப்பாஸ், 9. ஹக்கீம் அப்துல் கரீம், 10. அப்துல்லாஹ், 11. சையிது அஹ்மத், 12. சையிது முஹ்யித்தீன், 13. சையிது காதிர், 14. அப்துல்லாஹ், 15. அப்துல் காதிர் சமதானி, 16. மக்துன் சாஹிப், 17. சையிது இஸ்மாயீல், 18. சையிது இஸ்ஹாக், 19. சையிது ஹுசைன், 20. சையிது அபூபக்கர், 21. சையிது ஃபக்கீர், 22. குல்ஸூ பீவி, 23. சபுரா அம்மாள் மற்றும் 24. ஜைனப் பீவி.

பல மண்ணறைகள் அழிந்து மறைந்துகொண்டிருக்கின்றன. அவற்றில் அடக்க செய்யப்பட்டவர்கள் யார் என்ற விபரம் கிடைக்கவில்லை. இப்பகுதிக்கு வருகை புரிந்த அரபுநாட்டு நூலாசிரியர்களான யாக்கூபு, திமிஷ்கி, இப்னு பதூதா போன்ற யாருமே எந்தக்குறிப்பும் கொடுக்கவில்லை. பாண்டிய நாட்டு வரலாற்றுப் பதிவுகள் எதிலுமே சுல்தான் சையித் இப்ராஹீம் ஷஹீத் பற்றிய குறிப்புகள் காணப்படவில்லை. ஆனால் கல்கத்தா பல்கலைக்கழகப் பேராசிரியரான டாக்டர் கு.அ.கி. ஹுசைனி தன் நூலில் குறிப்பிட்டுள்ளதை ஏற்கனவே சொன்னோம்.

கட்டிடம் எழுந்த வரலாறு

நல்ல இப்ராஹீம் காலத்தில் சுல்தானின் அடக்கஸ்தலத்துக்கு மேல் கட்டிடம் எதுவும் இல்லை. கிபி 1793-ல் அவரது உத்தரவுக்கு இணங்க இஃதிபார்கான் என்பவரால் கண்கவர் வேலைப்பாட்டுடன் ஒரு கட்டிடம் எழுப்பப்பட்டது. அதன் முகப்பில் உள்ள வாசலின் மேற்புரத்தில், 'பாதுகாவலைப்பெற்ற ஷஹீத் அவர்களின் இந்த அடக்கஸ்தலம் இஃதிபார்கான் என்பவரால் கட்டப்பட்டது' என்று பாரசீக மொழியில் கல்லில் எழுதப்பட்டுள்ளது.

சுல்தானின் சன்னிதானத்துக்கு மேல்புரத்தில் அருமை மகனார் அபூதாஹிரின் திருச்சமாதி உள்ளது. கீழ்ப்புறத்தில் சுல்தானின் திருச்சமாதியை அடையாளம் கண்டு சேவை செய்த பேரரான நல்ல இப்ராஹீமின் சமாதி உள்ளது. மேலும் அந்த இடத்தைச் சுற்றிலும் பல உயிர்த்தியாகிகளின் சமாதிகள் உள்ளன. சுல்தானின் திருச்சமாதிக்கு மேல்புறமாக அவரது மனைவியின் சமாதியும், கீழ்ப்புறமாக சகோதரியின் சமாதியும் உள்ளன.

சுல்தானின் திருச்சமாதிக்கு வடக்காக ஒரு கிமீ தூரத்தில் உள்ள காட்டுப்பள்ளி என்ற இடத்தில் ஒரு பெரிய கட்டிடத்தினுள் தளபதி அப்பாஸ் மந்திரியின் சமாதி உள்ளது. பெயர் எழுதிவைக்கப்பட்டும் படாமலும் டாக்டர் அப்துல்லாஹ் ஹகீம், தளபதிகள் சையிது முஹ்யித்தீன், சையிது அப்துல்காதர் போன்ற பலரின் சமாதிகள் உள்ளன. காட்டுப்பள்ளியிலிருந்து சுல்தானின் திருச்சமாதியை தரிசிக்க வரும் வழியில் உள்ள செவ்வகக் கட்டிடத்தில் ஏழு பேரின் சமாதிகளும் வரிசையாக அமைந்துள்ளன. அதில் இளவரசர் சையிது இஸ்ஹாக்கின் சமாதியும் உள்ளது.

பிரதான தர்கா உள்ள இடத்திலேயே பத்தாயிரம்பேர் நின்று தொழக்கூடிய பெரிய பள்ளிவாசல், 142 அடி உயரம்கொண்ட நாகூர் தர்காவின் பெரியமினாராவைவிட உயரமான, கிட்டத்தட்ட 250 அடி உயரம் கொண்ட மினாரா உள்ளது. ராமநாதபுர மாவட்டத்தில் உள்ள எந்தக்கடற்கரையிலிருந்து பார்த்தாலும் ஏர்வாடி மினாரா தெரியும். தர்காவில் சுல்தானின் அடக்கஸ்தலத்துக்கு வெளியில் உள்ள பெரிய மண்டபதம் ஆற்காடு நவாபின் காலகட்டத்தில் எய்த்பார்கான் என்பவரால் கட்டிக்கொடுக்கப்பட்டது. பிரதான தர்காவுக்கு மூன்று வாசல்கள்.

17

சில முக்கியமான ஷஹீத்கள்

ஏர்வாடி தர்காவைச் சுற்றியும் சுல்தான் சையித் இப்ராஹீம் ஷஹீத் அவர்களின் குடும்பத்தினரும், உடன் வந்த தோழர்களும் அடக்கம் செய்யப்பட்டுள்ளனர். அவர்கள் அனைவருமே போரில் கொல்லப்பட்டவர்கள் (ஷஹீத்).

சையித் அபூதாஹிர் ஷஹீத்

சுல்தானின் மகனான சையித் அபூதாஹிர் ஷஹீத் புனித மதினாவிலே பிறந்து அங்கேயே வளர்ந்தவர். தன் தந்தையின் விருப்பப்படி அவர் தமிழ்நாட்டுக்கு வந்தபோது அவருக்குப் பதினாறு வயது. ரோம்நாட்டின் தளபதி அப்பாஸ் அவர்களால் போர்ப்பயிற்சி கொடுக்கப்பட்டார். பாண்டிய மன்னர்களோடு ஏற்பட்ட யுத்தங்களில் பங்குபெற்றபோது அவர் பதினெட்டு வயது இளைஞர். விக்கிரம பாண்டியனது பல அமைச்சர்களையும், அவனது மகனான இந்திர பாண்டியனையும் போரில் கொன்றது அபூதாஹிர்தான். ஆனால் அந்த வயதிலேயே அவரும் போரில் கொல்லப்பட்டு உயிர்த்தியாகி ஆனார்.

சையிதா ஃபாத்திமத்துல் பர்கா அம்மா

ஏர்வாடி நாதரான சுல்தான் அவர்களின் தாயார். மதினாவில் பிறந்து அங்கேயே வளர்ந்தவர். அவருக்கும் மதினாவின்

ஆட்சியாளராக இருந்த கணவர் சையித் அஹ்மது அவர்களுக்கும் சுல்தான் சையித் இப்ராஹீம், சையித் இஸ்மாயீல் ஆகிய இரண்டு ஆண் குழந்தைகளும், சையிதா ராபியா என்று ஒரு பெண் குழந்தையும் பிறந்தனர். சுல்தான் மனமுடைந்து வந்தபோதெல்லாம் அவருக்கு ஆறுதலும் ஊக்கமும் கொடுத்தவர்.

வீரத்திருமகள் சையிதா ராபியா அம்மா

இவர் சுல்தானின் சகோதரி. வீரம் மிக்கவர். சுல்தான் அவர்கள் இந்தியாவுக்குக் கிளம்பியபோது ராபியா அம்மாவுக்குப் பிரசவ நேரமாக இருந்தது. அவரைப்போக வேண்டாம் என்றுதான் உறவினர்கள் எல்லாரும் சொன்னார்கள். ஆனாலும் அவர் சுல்தானோடு கிளம்பி பிறந்த குழந்தையோடு வந்தார்.

ஒருமுறை வாலிநொக்கம் என்ற பகுதியில் பாண்டியப் படையினர் வந்து மக்களுக்குத் தொந்தரவு கொடுத்துக் கொண்டிருந்தனர். உடனே ராபியா அம்மா சுல்தானின் போர்க்கவசங்களை அணிந்துகொண்டு, வாளயும் எடுத்துக் கொண்டுபோய் அந்தப் பாண்டிய வீரர்களோடு வீரத்துடன் சண்டையிட்டார். அவரது உடையைப் பார்த்து அரசர் சுல்தானே வந்துவிட்டாரென்றே பாண்டிய வீரர்கள் நினைத்தனர். அதில் சில பாண்டிய வீரர்கள் கொல்லப்பட்டனர். இன்னும் சிலர் தப்பித்து ஓடினர். ஏர்வாடி தர்காவின் கிழக்கு முனையில் அவரது அடக்கஸ்தலம் உள்ளது.

அவர் அடக்கம் செய்யப்பட்டுள்ள இடத்தில் ஆண்களுக்கு அனுமதி இல்லை. மனநலம் பாதிக்கப்பட்டவர்களும், பில்லி சூனியம், பேய், பிசாசு பாதிப்புக்கு உள்ளானவர்களும் அவரிடத்துக்கு அழைத்துச்செல்லப்பட்டு நாற்பது நாட்கள் தங்கவைக்கப்படுகிறார்கள்.

சையிதா ஜைனப் சையத் அலீ ஃபாத்திமா அம்மா

இவர் சுல்தானின் மனைவியும், சையித் அபூதாஹிர், சையித் ஜைனுல் ஆபிதீன் ஆகியோரின் தாயாரும், பன்னிரண்டு ஆண்டுகள் பவித்திரமாணிக்கப்பட்டினத்தின் ராணியாகவும் இருந்தவர் ஆவார். போரில் கொல்லப்பட்ட தன் மகன் சையித் அபூதாஹிரின் உடல் அவரிடம் கொண்டுவரப்பட்டபோது பதினேழு வயதே ஆகியிருந்த அபூதாஹிரின் உடலில்

அம்புகளால் ஏற்பட்ட எழுபத்திரண்டு வெட்டுக்காயங்களைக் கண்டு அதிர்ச்சியும் வேதனையும் அடைந்தார். தன் கணவர் சுல்தானுக்கு அருகிலேயே அவர் அடக்கம் செய்யப்பட்டார்.

திருமணமாகாமலும், குழந்தையில்லாமலும், நோய் நொடியோடும் இருக்கும் பெண்கள் இவரது அடக்கஸ் தலத்துக்கு வந்து தம் குறைகளைச் சொல்லி விரைவில் தீர்வு கிடைக்கப்பட்டது வரலாறு.

சையத் ஜைனுல் ஆபிதீன் ஷஹீத்

இவர் சுல்தானின் மைத்துனரும் ஜைனப் அவர்களின் சகோதரரும் ஆவார். சுல்தானுக்கு பக்க பலமாக இருந்தவர். சுல்தானின் அருமை மகனார் அபூதாஹிரின் இறப்புக்குப் பிறகு சுல்தானுக்கு மிகவும் அதரவாகவும் ஆறுதலாகவும் இருந்தவர். போரில் உயிர்த்தியாகம் செய்த இவரது சமாதி சுல்தானின் சமாதிக்கு வலது புறம் அமைந்துள்ளது.

சையித் ஷம்சுத்தீன் மக்கி ஷஹீத்

சையித் ஷம்சுத்தீன் மக்கி மக்கமா நகரின் மன்னராக இருந்தவர். சுல்தான் அவர்கள் இந்தியாவுக்குக் கிளம்பியபோது தன் பதவியையும் ராஜ்ஜியத்தையும் இஸ்லாத்துக்காகத் துறந்து சுல்தானோடு வந்தவர். ஏற்கனவே மன்னராக இருந்ததனால் பாண்டியர்களோடு ஏற்பட்ட மோதல்களில் சுல்தானுக்கு அவசியமான ஆலோசனை அவர் கொடுத்தார். பிரதான தர்காவுக்கு வலப்புறத்தின் முடிவில் இடதுபக்கமாக இவரது அடக்கஸ்தலம், இவர் கனவில் வந்து சொன்னதன் பேரில் மழை, வெயில் இரண்டும் படுமாறு அமைக்கப்பட்டது.

நல்ல இப்ராஹிம் என்ற முஜாவிர் முஹம்மது இப்ராஹீம்

நல்ல இப்ராஹீம் என்று அறியப்படும் முஜாவிர் இப்ராஹீம் சுல்தான் அவர்களின் பன்னிரண்டாவது தலைமுறைப் பேரர் ஆவார். சுல்தான் கனவில் சொன்னதன் பேரில் அவர்களது அடக்கஸ்தலத்தைக் கண்டுபிடித்து ஏர்வாடி தர்கா அமையை உதவியர் இவர். இவர் வரலாறு மேலே விபரமாகச் சொல்லப் பட்டுள்ளது. சேதுபதி மன்னருக்குக் குழந்தையில்லாமல் இருந்தது. நல்ல இப்ராஹீம் சொன்னதன் பேரில் ராஜா

சுல்தானின் தர்காவுக்கு வந்து வேண்டிக்கொண்ட பிறகு ஒரு மகன் பிறந்தான். அதனால் ஏர்வாடி தர்காவுக்காக அவர் 6666 ஏக்கர் நிலத்தைத் தானமாகக் கொடுத்தார்.

காட்டுப்பள்ளி ஷுஹதாக்கள்

பாண்டியர்களுக்கும் சுல்தானுக்கு போர் நடந்த இடங்களில் காட்டுப்பள்ளி முக்கியமானது. இங்கே சுல்தானுக்காக போர் செய்து இறந்த பலரது உடல்கள் அடக்கம் செய்யப்பட்டுள்ளன. பாண்டியர்களோடு நடந்த மூன்றாவது போரில் உயிரிழந்த முக்கியமானவரான ரோம் நாட்டு அமீர் அப்பாஸ் மந்திரியின் உடல் இங்கே அடக்கம் செய்யப்பட்டுள்ளது.

அபூபக்கர் அப்துல் ஹகீம் டாக்டர் ஷஹீத்

சுல்தானின் மருத்துவக்குழுவுக்குத் தலைவராகவும் வீரராகவும் இருந்தவர் இவர். இறுதிப்போரில் இறந்துபோனவர். ஆனால் இறப்புக்குப் பிறகு பல அற்புதங்களை நிகழ்த்திக் கொண்டிருப்பவர். இவர் நிகழ்த்திய அற்புதங்களில் ஒன்றைப் பற்றி ஏற்கனவே குறிப்பிடப்பட்டுள்ளது.

கேரளாவின் மலப்புரத்தைச் சேர்ந்த கதீஜா என்ற பெண்ணுக்கு மூளையில் ஒரு கட்டி இருந்தது. அறுவை சிகிச்சை செய்து அதை எடுக்க முடியாது. அப்படிச் செய்தால் அது அவள் உயிருக்கே உலையாகிவிடலாம் என்று கருதினர். வாழ்க்கை வெறுத்துப் போன கதீஜா ஏர்வாடி தர்காவுக்கு வந்து ஹகீம் டாக்டர் அடக்கம் செய்யப்பட்டிருந்த பகுதியில் வந்து தங்கியிருந்தாள். நாற்பதாவது நாள் அவளுக்கு ஒரு கனவு வந்தது. அதில் டாக்டர் அபூபக்கர் ஷஹீத் வந்து அவள் மூளையில் ஏதோ அறுவை சிகிச்சை செய்கிறார்.

காலையில் கதீஜா விழித்தபோது அவள் தலையில் கட்டுப் போடப்பட்டிருந்தது. அதில் சில ரத்தத்துளிகளும் இருந்தன. அவளுக்கு தலையில் அறுவை சிகிச்சை செய்யப்பட்டு கட்டி அகற்றப்பட்டு அவள் குணமடைந்திருந்ததைக்காண ஆயிரக் கணக்கான மக்கள் வந்தனர். தமிழ் தினசரி ஒன்றிலும் அந்த செய்தி வந்தது. அன்றிலிருந்து ஆயிரக்கணக்கானோர் ஹக்கீம் டாக்டர் தர்காவில் வந்து தங்க ஆரம்பித்தனர்.

கணக்கெடுக்கும் மந்திரிகள்

சுல்தானின் ஆட்சியில் மந்திரிகளாக இருந்த இந்த இருவரும் பாண்டியர்களோடு நடந்த பல போர்களில் கலந்து கொண்டிருந்தார்கள். பல நூறு பாண்டிய எதிரிகள் இவர்கள் வாள் வீச்சின் வேகத்தில் இறந்திருந்தார்கள். அப்துல் காதிர் என்ற மந்திரின் தியாகம் காவியத்தன்மை கொண்டது. ஒரு கட்டத்தில் ஒரு போரில் இவர் வயிறு குத்தப்பட்டு குடல்கள் எல்லாம் வெளியில் வந்தன. ஆனால் அவற்றையெல்லாம் மீண்டும் வயிற்றின் உள்ளே தள்ளிவிட்டு இவர் போரைத் தொடர்ந்தார்! அது அவர்மீதி மிகுந்த மரியாதையை எதிரிகளுக்கும் ஏற்படுத்தியது. அதேபோல இறந்த இன்னொருவர் முஹ்யித்தீன் மந்திரி. இருவரும் அருகருகே அடக்கம் செய்யப்பட்டுள்ளனர். பேய், பிசாசு, பில்லி, சூனியம் ஆகியவற்றால் பாதிக்கப்பட்டவர்களுக்கு குணமடைய வைப்பதில் இவ்விருவருக்கும் பெரும் பங்குண்டு. இவ்வித பாதிப்புக்கு உள்ளானவர்களின் உறவினர்கள் ஏற்கனவே அச்சிடப்பட்டுத் தயாராக இருக்கும் மனுவை நிரப்பிக் கொடுத்தால் போதும். குணப்படுத்தும் வேலையை இவ்விரு ஷுஹதாக்களும் பார்த்துக்கொள்கிறார்கள். இதனால் இவர்கள் கணக்கெடுக்கும் மந்திரிகள் என்று அறியப்படுகின்றனர்.

வீரர் அப்துல்லாஹ் ஷஹீத்

விக்கிரம பாண்டியனின் அரண்மனைக்குள் நுழைந்து அரியணையில் இருந்த மீன் கொடியை இறக்கிவிட்டு முஸ்லிம்களின் பிறைக்கொடியை நாட்டியவர் இவர். அதனால் வெற்றிக்கொடி நாட்டிய வீரர் அப்துல்லாஹ் ஷஹீத் என்று இவர் அறியப்படுகிறார்.

ஜுல்ஃபிகார் அலீ சந்தனப்பீர்

துருக்கி இஸ்தான்புல் நகரிலிருந்து செயல்பட்டு வந்த இஸ்லாமிய அரசில் ஒரு மந்திரியாக இருந்தவர். சிந்துப்பகுதியில் இஸ்லாத்தைப் பரப்ப சுல்தான் அவர்கள் எடுத்துக்கொண்ட முயற்சியின்போதும் அவர்களுக்கு உதவியவரும், சிந்துப்பகுதியின் ஆளுநராக நியமிக்கப் பட்டவருமாவார். பாண்டியர்களோடு நடந்த போரில் உயிர் துறந்தார்.

துருக்கியிலிருந்து வந்த அவருக்கு இந்தியாவின் சூட்டைப் பொறுத்துக்கொள்ள முடியவில்லை. அதனால் உடல் முழுவதும் சந்தனத்தை அரைத்துத் தடவிக்கொள்வாராம். அதனால் அவர் சந்தனப்பீர் என்று அழைக்கப்பட்டார்.

சாரா அம்மா சஃபூரா அம்மா தர்கா

சுல்தானின் குடும்பத்தினர் பலரின் அடக்கஸ்தலங்கள் இங்கே உள்ளன. குறிப்பாக சாரா அம்மா மற்றும் சஃபூரா அம்மாவின் அடக்கஸ்தலங்கள். குழந்தையில்லாதவர்கள் ஒரு சேலையில் கொஞ்சம் கிழித்து தொட்டில்மாதிரி கட்டிவிட்டுச்சென்றால் ஓரிரு ஆண்டுகளில் அவர்கள் குழந்தை பாக்கியம் பெறுவர்.

சுல்தான் அவர்கள் உயிர்த்தியாகம் செய்த இஸ்லாமிய ஆண்டின் துல்காயிதா என்ற மாதத்தில் ஏர்வாடி தர்காவின் கந்தூரி நிகழ்ச்சிகள் துவங்குகின்றன. அந்த மாதம் பூராவும் நிகழ்வுகள் நடத்தப்படுகின்றன். சுல்தான் உயிர்த்தியாகம் செய்த துல்காயிதா மாதத்தில் 23-ம் நாள் சந்தனம் பூசப்படுகிறது. மாத இறுதியில் கொடி இறக்கப்படுகிறது.

திருச்சி இறைநேசர் தஃப்லே ஆலம் பாதுஷா நத்ஹர் அவர்களுக்குப்பிறகு தமிழ்நாட்டுக்கு, அதுவும் பாண்டிய நாட்டுக்கு வந்து மார்க்கத்தைப் பரப்பி நல்லாட்சி செய்த இறைநேசர் சுல்தான் சையித் இப்ராஹீம் ஷஹீத் அவர்கள்தான்.

சோழமண்டல எல்லையிலிருந்து தெற்கே திருநெல்வேலிச் சீமைவரையிலான பரந்த பகுதியில் வாழ்ந்த மக்களில் கணிசமான எண்ணிக்கையினர் இஸ்லாத்தில் இணைய வழிவகுத்தது சுல்தான் அவர்கள்தான்.

18

அற்புதங்களின் அரசர்

சுல்தான் என்றால் அரசர் என்று அர்த்தம். 12-ம் நூற்றாண்டிலிருந்து இன்றுவரை சுல்தான் சையித் இப்ராஹீம் ஷஹீத் அவர்கள் அடக்கம் செய்யப்பட்டிருக்கும் ஏர்வாடி தர்காவில் நிகழ்ந்த, நிகழ்ந்துகொண்டிருக்கும் அற்புதங்கள் எண்ணற்றவை.

ஏர்வாடி தர்கா என்பது ஒருகாலத்தில் பாண்டிய நாட்டை ஆண்ட, ஒரு போரில் உயிரிழந்த முஸ்லிம் மன்னரின் கல்லறை மட்டுமல்ல. அன்றாடம் ஆயிரக்கணக்கான மக்களின் துயர் தீர்க்கும் இடமாக அது உள்ளது.

மருத்துவர்களால் தீர்க்க முடியாத பல நோய்கள் அங்கே தீர்ந்துள்ளன, தீர்ந்து வருகின்றன. அற்புதங்கள் அங்கே அன்றாட நிகழ்வுகளாகிப்போயின. மனநலம் பாதிக்கப்பட்ட ஆயிரக் கணக்கானோர் அங்கே தங்கி குணமடைந்துள்ளார்கள், குணமடைந்து வருகிறார்கள். பேய், பிசாசு, பில்லி, சூனியம் ஆகியவற்றால் பாதிக்கப்பட்டவர்களும், நோய் நொடி தீர வேண்டிக்கொள்பவர்களுமாக அந்த தர்கா அன்றாடம் மக்கள் கூட்டத்தால் நிரம்புகிறது. திருமணமாகாதவர்களுக்குத் திருமணமாகிறது. குழந்தையில்லாதவர்கள் தாயாகிறார்கள்.

மருத்துவர்களால் தீர்க்க முடியாத வியாதிகள் அங்கே தீர்க்கப்படுகின்றன. ஜாதி, மத, இன பேதமற்ற இந்த அற்புதச்சேவை உலக முடிவுநாள் வரையிலும் தொடர்ந்து கொண்டே இருக்கும். அங்கு நடந்த அற்புதங்களில் சிலவற்றை மட்டும் பார்க்கலாம்.

ஷஹீது ஒரு விளக்கம்

சாதாரண மனிதர்களுக்கு இல்லாத ஒரு சிறப்பு ஷஹீதுகள், மற்றும் வலியுல்லாஹ் என்று சொல்லப்படும் ஞானிகளுக்கு உள்ளது. அவர்களது உடல்கள் மண்ணறையில் எவ்வளவு காலமானாலும் கெடாமல், புதைக்கப்பட்டபோது எப்படி இருந்ததோ அப்படியே இருக்கும். இது நிரூபிக்கப்பட்ட உண்மையாகும். யூட்யூபில் இதை நிருபிக்கும் வகையில் சில காணொலிகள் உள்ளன. ஷஹீதுகள் தொடர்பாக 1932-ல் நடந்த ஓர் அதிசய நிகழ்வை மட்டும் இங்கே உதாரணமாகக் காட்ட விரும்புகிறேன்.

1932-ல் ஈராக்கின் மன்னராக முதலாம் ஷாஹ் ஃபசல் இருந்தார். அவருக்கு ஒரு கனவு வந்தது. அதில் நபிபெருமானாரின் தோழர்களில் ஒருவரான, ஈராக்கில் அடக்கம்செய்யப்பட்ட நபித்தோழர் ஹுதைஃபா அவர்கள் வந்து, ‘மன்னர் அவர்களே, டைக்ரிஸ் நதியோரமாக அடக்கம் செய்யப்பட்டுள்ள என் உடலையும், நபித்தோழர் ஜாபிர் இப்னு அப்துல்லாஹ்வின் உடலையும் எங்கள் அடக்கஸ்தலங்களிலிருந்து வெளியே எடுத்து வேறு பாதுகாப்பான இடத்தில் புதைத்துவிடுங்கள். ஏனெனில் என்னுடைய மண்ணறையில் ஏற்கனவே டைக்ரிஸ் நதிநீர் உள்ளே புகுந்துவிட்டது. ஜாபிரின் மண்ணறையில் நதிநீர் புகுந்துகொண்டுள்ளது’ என்று கூறினார். மறுநாளும் மன்னருக்கு இக்கனவு வந்தது. ஆனால் நாட்டு விஷயங்களைப் பற்றிய சிந்தனையில் இருந்த மன்னர் இக்கனவுபற்றி பெரிதாக அலட்டிக்கொள்ளவில்லை. அல்லது மறந்துபோனார்.

மூன்றாம் நாளிரவு ஈராக்கின் முஃப்தி (தலைமை நீதிபதி) கனவில் வந்த நபித்தோழர் ஹுதைஃபா அவர்கள் மன்னரிடம் சொன்னதைத் திரும்பச்சொல்லி, இரண்டு நாட்களாக மன்னரிடம் எங்கள் பிரச்சனையைச் சொல்லிக் கொண்டிருந்தேன், ஆனால் அவர் ஒன்றும் செய்யவில்லை. உடனே எங்கள் மண்ணறைகளிலிலிருந்து எங்கள் உடல்களை

அகற்றி வேறு இடங்களில் புதைக்கும் வேலையைத் துரிதமாகச் செய்யுங்கள்' என்று கூறினார்.

மன்னரிடம் இதுபற்றி முஃப்தி கேட்டதும் அவர் ஆச்சரியப்பட்டு ஆமாம் என்றார். பின்னர் மன்னர், முஃப்தி மற்றும் பிரதம அமைச்சர் மூவரும் கலந்துபேசி, அப்படியே செய்வதாக முடிவு செய்தனர். எனவே அதற்கான ஒரு ஃபத்வா (சட்டத்தீர்மானம்) வெளியிட்டு, மக்கள் அறிந்துகொள்ளும் பொருட்டு அதைப் பத்திரிக்கைகளிலும் வெளியிட்டனர்.

துல்காயிதா மாதம் பிறை 10 அன்று, பகல் தொழுகைக்குப்பிறகு அம்மண்ணறைகளை திறந்து வேறு இடத்துக்கு அவ்வுடல்களை மாற்றலாம் என்று முடிவு செய்யப்பட்டது. ஏழாம் நூற்றாண்டில் புதைக்கப்பட்ட உடல்களைத் தோண்டி எடுத்து வேறு இடத்தில் புதைக்கலாம் என்று இருபதாம் நூற்றாண்டில் முடிவு எடுக்கப்பட்டது!

அது ஹஜ்ஜுடைய காலமாக இருந்ததால் மக்காவில் நிறைய புனிதப் பயணிகள் நிறைந்திருந்தனர். இன்னும் சில நாட்கள் அந்நிகழ்வைத் தள்ளி வைத்தால் நாங்களும் அந்த அற்புத நிகழ்வைக் காணலாம் என்பதால், தள்ளி வைக்கும்படி மன்னரை அவர்கள் கேட்டுக்கொண்டனர். எனவே துல்ஹஜ்ஜு 20-ம் நாள் அதைச்செய்யலாம் என்று மன்னர் முடிவு செய்து ஆதரப்பூர்வமான அறிவிப்பையும் செய்தார்.

பகல் தொழுகைக்குப்பிறகு, 1932-ம் ஆண்டு, துல்காயிதா மாதம் 20ம் நாள் பாக்தாதில் ஏராளமான முஸ்லிம்கள் அந்நிகழ்வைப் பார்ப்பதற்காகக் குழுமியிருந்தனர். முதலில் ஹஸ்ரத் ஹுதைஃபா அவர்களின் மண்ணறை திறக்கப்பட்டது. அதில் நதிநீர் நிரம்பியிருந்ததைக் காணமுடிந்தது. ஒரு க்ரேன் மூலம் பாதுகாப்பாக ஹஸ்ரத் ஹுதைஃபாவின் உடல் தூக்கப்பட்டது. பின் அந்த ஸ்ட்ரெச்சரை மன்னர், முஃப்தி, பிரதம மந்திரி மற்றும் எகிப்தின் இளவரசர் ஃபாரூக் ஆகியோர் தூக்கி அந்த புனித உடல்களை வைப்பதற்காக பிரத்தியேகமாகத் தயார் செய்யப் பட்ட ஒரு கண்ணாடிப்பெட்டிக்குள் உடல் மெல்ல வைக்கப் பட்டது. அதேபோல கவனமாக ஹஸ்ரத் ஜாபிர் இப்னு அப்துல்லாஹ் அவர்களின் உடலும் தூக்கி வைக்கப்பட்டது. அந்த அற்புதக்காட்சியை நம்பிக்கையாளர்களின் பெருங் கூட்டம் கண்டுகளித்தது.

நபிபெருமானாரின் அவ்விரண்டு தோழர்களின் உடல்களும் அன்றுதான் அடக்கம் செய்யப்பட்டதைப்போல புதிதாக இருந்தன. அதுமட்டுமல்ல; அவர்களின் கண்களும் திறந்திருந்தன. அவற்றிலிருந்து தெய்வீக ஒளி பாய்ந்து கொண்டிருந்தது. அவர்கள் உடலைச் சுற்றியிருந்த கஃபன் எனப்படும் தையலில்லாத வெள்ளைத்துணியும் அன்று போர்த்தியது போல அப்படியே இருந்தது. பார்க்கும்போது அவர்கள் உயிரோடு இருப்பதைப்போலவே இருந்தது.

இன்னொரு நபித்தோழரான ஹஸ்ரத் சல்மான் ஃபார்சி அடக்கம் செய்யப்பட்டிருந்த இடத்துக்கு அருகில் அவ்விரண்டு புனித உடல்களும் அடக்கம் செய்யப்பட்டன. பாக்தாதிலிருந்து முப்பது மைல் தொலைவில் அந்த இடம் இருந்தது.

இந்நிகழ்வு விஞ்ஞானிகளையும், தத்துவவாதிகளையும், மருத்துவர்களையும் வியப்பிலாழ்த்தியது. அந்த அற்புதத்தை விளங்கிக்கொள்ள முடியாமல் அவர்கள் வியந்தனர். அந்நிகழ்ச்சியைப் பார்த்த ஒரு ஜெர்மன் நாட்டு உடற்கூறு நிபுணர் 1300 ஆண்டுகளுக்கு முன் அடக்கம் செய்யப்பட்ட உடல்கள் அப்படியே இருக்கும் அதிசயத்தைக்கண்டு, முஃப்தியிடம் வந்து அவர் கையைப்பிடித்து அங்கேயே இஸ்லாத்தில் தன்னை இணைத்துக்கொண்டார். அவரைப் பார்த்து பல கிறிஸ்தவர்களும் யூதர்களும் இஸ்லாத்தில் இணைந்தனர். இந்நிகழ்ச்சி பற்றி ஜூன்17, 1970 அன்று டெய்லி ஜங் என்ற ஒரு பாகிஸ்தானிய தினசரி புகைப்படத்துடன் செய்தி வெளியிட்டது. செப்டம்பர் 19, 2013-ல் இந்நிகழ்வு பற்றி பாகிஸ்தானின் டெய்லி உம்மத் என்ற தினசரி மீண்டும் செய்தி வெளியிட்டது. பாகிஸ்தான் பத்திரிக்கையில் வெளியான செய்தியை புகைப்படத்துடன் இணைக்கிறேன்.

இஸ்லாத்துக்காக உயிரைக்கொடுத்தவர்கள், இறைவனின் பாதையில் கொல்லப்பட்டவர்கள் அனைவரும் ஷஹீது (உயிர்த்தியாகிகள்) என்று அறியப்படுகின்றனர். அப்படிப் பட்டவர்களை 'இறந்துவிட்டவர்கள் என்று சொல்லாதீர்கள். அவர்கள் உயிருடன்தான் இருக்கிறார்கள்' என்று திருக்குர்'ஆன் கூறுகிறது (2:154).

ஏர்வாடியில் மற்றும் இஸ்லாமிய இறைநேசர்களின் அடக்கஸ்தலங்களில் காலம் காலமாக நடந்துகொண்டே இருக்கும் அற்புதங்கள் இத்திருவசனத்துக்குச் சாட்சியாக உள்ளன. அவற்றில் சுல்தான் தொடர்பான சிலவற்றை மட்டும் இந்த அத்தியாயத்தில் பார்க்கலாம்.

கனவில் வந்த திருமுகம்

சுல்தானின் தம்பி மகனான சையிது இஸ்ஹாக் திருப்பாண்டியன் மானியமாகக் கொடுத்த கிராமங்களை வைத்து தன் துணைவி ஜைனபுடன் வாழ்ந்து வந்தார். சுல்தானின் சன்னிதிக்கு அவர்தான் அன்றாடம் விளக்கேற்றி வைப்பார்.

அவருக்குப்பிறந்த மகனுக்கு சையித் இப்ராஹீம் என்று பெரியப்பாவின் பெயரை வைத்தார். சையித் இப்ராஹீமுக்கு சையித் இஸ்மாயீல் என்று ஒரு மகனும், அவருக்கு சையிது ஹுசைன் என்று ஒரு மகனும், அவருக்கு சையிது பாகிர் என்று ஒரு மகனும் அவருக்கு சையிது அஹ்மது என்று ஒரு மகனும் இருந்தனர். அவருடைய காலத்தில் சமரகோலகலப்பாண்டியனின் பாரம்பரியம் சந்ததியற்றுப்போய் அராஜகம் நிலவியது.

அப்போது சுல்தான் அவர்கள் சையிது அகமதின் கனவில் வந்து, ஏர்வாடியில் இருக்கவேண்டாம், மதுரையில் குடியேறி வாழுங்கள் என்று கட்டளையிட்டார். சுல்தானின் அடக்கஸ்தலத்துக்கு விளக்கேற்ற ஆளில்லாமல் போய்விடுமே என்று அவர் கவலைப்பட்டபோது, நீங்கள் கிளம்பி மதுரைக்குச் சென்றுவிடுங்கள். உங்கள் சந்ததியினர் வந்து விளக்கேற்று வார்கள் என்று சுல்தான் அக்கனவில் சொன்னார்கள்.

அதன்படி அவர் மதுரையில் குடியேறி வாழ்ந்தார். அவருக்கு முஹம்மது இப்ராஹீம் என்ற மகனும், அவருக்கு காசிம் இப்ராஹீம் என்ற மகனும், அவருக்கு சையிது இப்ராஹீம் என்ற

மகனும், அவருக்கு முருசல் இப்ராஹீம் என்ற மகனும் பிறந்தனர். சையிது அஹ்மது காலத்திலிருந்து முருசல் இப்ராஹீம் காலம்வரை சுல்தானின் சந்ததியினர் மதுரையிலேயே வாழ்ந்து வந்தனர்.

முருசல் இப்ராஹீம் மதுரையைவிட்டுக் கிளியூரில் குடியேறினார். அங்கே அவருக்கு நல்ல இப்ராஹீம் என்ற மகன் பிறந்தார். நல்ல இப்ராஹீமின் கனவில் வந்த சுல்தான், ஏர்வாடிக்கு வந்து என் அடக்கஸ்தலத்தைக் கண்டுசெல்லுங்கள் என்று உத்தரவு வந்தது.

அந்த இடத்துக்கு எப்படி வருவது என்று அடையாளம் கேட்டபோது, கிளியூரிலிருந்து தெற்கு நோக்கிப்போனால் மேல மாயாகுளம் என்ற ஊர் வரும். அங்கிருந்து பார்த்தால் ஒரு கண்மாய் தென்படும். அதன் கிழக்கில் ஒரு உயர்ந்த திடல் உள்ளது. அங்கு பள்ளர் குடியிருப்பு ஒன்று உண்டு. அதற்கும் கிழக்காகச் சென்றால் ஒரு பெரிய குளமிருக்கும். அதன் தென்கரையில் நின்றுகொண்டு தென் திசையை நோக்கினால் என் கப்ர் (அடக்கஸ்தலம்) உள்ள இடம் வரைக்கும் மல்லிகைப்பூ ஒழுங்காகத் தூவப்பட்டிருப்பதைக் காண்பாய். புறப்பட்டு வா என்று சொல்லி மறைந்தார்.

அதன்படியே நல்ல இப்ராஹீம் மாயாகுளம் வந்து அங்கிருந்த பள்ளர்குடியிருப்பில் சிலரிடம் தான் வந்த நோக்கத்தைச் சொல்லி, அவர்களில் சிலரைத் துணைக்கு அழைத்துக்கொண்டு முன்னேறினார். சுல்தான் அவர்கள் குறிப்பிட்ட மலர் அடையாளம் தென்பட்டது. இறுதியாக சுல்தானின் அடக்கஸ்தலத்தைக் கண்டுபிடித்தனர். தலைமாட்டுப்பக்கமும் கால்மாட்டுப் பக்கமும் மீஸான் என்று சொல்லப்படும் கற்கள் நடப்பட்டிருந்தன. கப்ரை ஒழுங்குபடுத்திவிட்டு ஃபாத்திஹா ஓதிவிட்டு மகிழ்வுடன் ஊர் திரும்பினார் நல்ல இப்ராஹீம்.

நோய் நீக்கும் நார்சா

அன்றிலிருந்து ஒவ்வொரு வியாழன் மாலையும் அங்கு சென்று விளக்கேற்றி வைக்கும் பணியைச் செய்துகொண்டிருந்தார். அதைப்பார்த்த மக்களும் அதே மாதிரி செய்யத்தொடங்கினர். அவர்கள் வாயில் போட்டுக்கொள்ளுமாறு என்ன கொடுப்பது என்று யோசித்தார். மீண்டும் அவர் கனவில் வந்த சுல்தான், என்

கால்மாட்டுப்பகுதி மணலையே கொடுக்கவும் என்று சொன்னார். இப்படிக் கொடுக்கப்படுவதற்கு நார்சா என்று பெயர். அதன்படியே நார்சாவைப் பெற்றுக்கொண்ட மக்களின் நோய்களும், பேய்பிடித்தல் போன்ற தொல்லைகளும் நீங்கி முழுமையாக நலமேற்பட்டது. இதனால்தானோ என்னவோ 'உம் வாசல் முன்னாலே மண்ணும் மருந்தாகுதய்யா' என்று தர்காவின் பங்குதாரர்களில் ஒருவரான கலீஃபா ஹாரூன் ரஷீத் லெவ்வை பாடினார்.

மறவன் முடம் நீங்கியது

நல்ல இப்ராஹீம் வாழ்ந்த கிளியூரிலேயே இருந்த மறவர் குலத்தலைவர் ஒருவருக்கு இன்னதென்று சொல்லமுடியாத விசித்திரமான நோய் ஒன்று தோன்றி கைகால் முடங்கி எலும்பும் தோலுமானார். தூக்கமின்றியும் தவித்தார். எந்த வகையான மருந்தாலும் அவரைக் குணப்படுத்த முடியவில்லை.

கோயில்கள், பிரார்த்தனைகள் என்று எவ்வளவோ செய்தும் பலனில்லை. நம்பிக்கை இழந்திருந்தபோது வெள்ளிதோறும் நல்ல இப்ராஹீம் எங்கோ சென்று வருகிறாரே அது எந்த இடம் என்று தெரிந்துகொள்ள ஆர்வம் வந்தது. என் நோயைமட்டும் உம் பாட்டனார் நீக்கிவிட்டால் நான் அவரது அடிமை ஆவேன் என்றெல்லாம் சொன்னார்.

அடுத்தமுறை ஏர்வாடி சென்றபோது மறன் சொன்னதை சுல்தானிடம் சொல்லிவிட்டு நல்ல இப்ராஹீம் உறங்கியபோது கனவில் வந்த சுல்தான், 'அம்மறவன் பலதெய்வ வணக்கத்தை விட்டொழித்து, முஸ்லிம்கள் அறுக்கும் கறியை மட்டுமே உண்டுவர வேண்டும். அவன் ஒத்துக்கொண்டால், மழைநீரில் குளித்துவிட்டு, என் கால்மாட்டுப் பகுதியின் மணல் நார்சாவை உண்ணட்டும். பிணி நீங்கும் என்று சொன்னார். எப்படியாவது தன் பிரச்னை தீரவேண்டும் என்று கருதிய அந்த மறவன் அப்படியே செய்ய பரிபூரணமாக குணமடைந்தான்.

தொழுநோய் நீங்கி குணமானது

ஒருநாள் மீண்டும் நல்ல இப்ராஹீமின் கனவில் வந்த சுல்தான், குடும்பத்துடன் ஏர்வாடியில் வந்து குடியேறி இருக்கும்படிச் சொன்னார். ஆனால் அப்படிச்செய்ய முடியாது என்று அவர்

மனைவி மறுத்துவிட்டார். என்ன செய்வதென்று தெரியாமல் நல்ல இப்ராஹீம் கலங்கிப்போனார். அந்த நிலையில் மனைவிக்கு திடீரென்று தொழுநோய் ஏற்பட்டு வெகு விரைவாக தீவிரமடைந்தது. மீண்டும் கனவில் வந்த சுல்தான் ஏர்வாடி வந்தால் நோய் குணமடையும்; இல்லையெனில் தீவிரமடையும்; தரித்திரம் பிடிக்கும் என்றும் சொன்னார்கள்.

அக்கனவு நிகழ்ச்சிபற்றி நல்ல இப்ராஹீம் தன் மனைவியிடம் சொன்னபோது அவர் ஒத்துக்கொண்டார். மனைவி, மக்கள், கால்நடைகள், உறவினர் சகிதமாக அவர் ஏர்வாடிக்கு வந்து சுல்தானாலேயே சுட்டிக்காட்டப்பட்ட ஓரிடத்தில் வீடமைத்துத் தங்கினார்கள். வெகுவிரைவாக மனைவியின் நோய் முற்றிலும் குணமானது.

சேதுபதிக்கு சந்ததி

ராமநாதபுரத்திலிருந்து சேதுநாட்டை ஆண்டுவந்த கட்டைத் தேவன் என்னும் முத்துக்குமார விஜய ரகுநாத சேதுபதி, அரசியான தன் மனைவிக்குக் குழந்தை இல்லாமல், தனக்கு வாரிசு இல்லாமல் உள்ளதே என்று பெருங்கவலையில் இருந்தார். வைத்தியம், மந்திரம், நேர்ச்சை போன்ற எல்லா முயற்சிகளும் செய்து பார்த்துவிட்டனர். ஆனால் பலனில்லை.

அப்போது ஒருநாள் கிளியூர் மறவர் தலைவர் அரண்மனைக்கு வந்தார். அவர் சேதுபதிக்கு மாமன் முறை. முட நோயால் சாகக்கிடந்த தன் மாமன் முழுநலம் பெற்று வந்தது கண்டு அதிசயத்த கட்டைத்தேவன் அது எப்படி நடந்தது என்று கேட்டார். ஏர்வாடி தர்கா நாதரின் அற்புத மகிமை என்று மறவன் அதை சேதுபதிக்கு விளக்கிச் சொன்னார். அது முடநோய் அல்ல, தொழுநோய் என்றும் சொல்லப்படுகிறது.

இவ்விஷயத்தை நீங்களே அந்தப்புரம் வந்து என் மனைவியிடம் சொல்லுங்கள் என்றார். அப்படியே நடந்தவற்றையெல்லாம் மறவன் சேதுபதி மனைவியிடம் சொன்னார். அதையெல்லாம் கேட்ட அரசி, தானும் ஏர்வாடி சென்று பிரார்த்தனை செய்ய விரும்பினாள். சேதுபதியும் மனைவியுடன் ஏர்வாடி செல்வதற்கான ஏற்பாடுகளைச் செய்ய உத்தரவிட்டார். சேதுபதி, அவன் மனைவி மற்றும் மாமன் மறவன் மூவரும் தர்காவை அடைந்தனர்.

சேதுபதியும் மனைவியும் தம் பிரச்னையை அங்கே எடுத்துச்சொன்னார்கள். நல்ல இப்ராஹீம் வழங்கிய நார்சாவை அரசனும் அரசியும் பயபக்தியுடன் வாங்கி உண்டனர். அந்த மாதத்திலேயே அரசி கர்ப்பம் தரித்தாள். உரிய காலத்தில் ஆண் குழந்தை ஒன்றையும் பெற்றாள்.

நன்றி தெரிவிக்கும் பொருட்டு சேதுபதியும் அரசியும் குழந்தையுடன் தர்காவுக்கு வந்தனர். சுல்தானின் அடக்கஸ்தலம் முன்பாக வணங்கி எழுந்தனர். நார்சாவும் பெற்றுக்கொண்டு தானதர்மங்களும் செய்தனர். ஆண்டு கந்தூரி நிகழ்த்துவதற்கான பொருள்கள் அனைத்தையும் வழங்கினர்.

வெடிப்பு அற்புதம்

பெரிய பெரிய பாத்திரங்களில் சாதம் முதலியன வெந்துகொண்டிருந்தன. அவற்றில் மிகப் பெரியதாக இருந்த அண்டாவின் அடிப்பாகம் சூட்டினால் இரண்டாக வெடித்தது. உள்ளிருந்த சாதம் அவ்வெடிப்பில் தெரிந்தது. விஷயம் அறிந்து அதிர்ச்சியுற்ற சேதுபதி மன்னர் அந்த சாதம் சிந்தாமல் சிதறாமல் நல்லமுறையில் முழுமையாகக் கிடைக்க வேண்டும் என்று சுல்தானிடம் வேண்டுகோள் வைத்தார்.

அனைத்தும் வெந்து பதமானவுடன், அவற்றைத்தோண்டி எடுத்து வேறு பாத்திரங்களுக்கு மாற்றிய பிறகு அதே வெடிப்புற்ற சட்டியில் மீண்டும் நீரூற்றி அரிசியைக்கொட்டி சமைத்தனர். பிளப்பு அப்படியே இருந்தும், அப்படி ஏதும் இல்லாததுபோல அரிசி வெந்து சாதமானது. அந்த அற்புதத்தை அனைவரும் கண்டு அதிசயித்தனர். பின்னர் அந்த பிரசாதம் அனைவருக்கும் பகிர்ந்தளிக்கப்பட்டது.

தான் முன்பு நேர்ச்சை செய்ததுபோல் மேலமாயாகுளம் கிராமத்தை தர்காவுக்கு மானியமாகக் கொடுத்தார். அதற்கான பட்டயமும் பொறிக்கச் செய்தார். நல்ல இப்ராஹீமுக்கும் பல பரிசுப்பொருள்களைக் கொடுத்தபின் ஊருக்குத் திரும்பிச்சென்றார்.

சுல்தானின் அற்புதத்தால் பிறந்த குழந்தைக்கு சைவதுரை என்று பெயர் வைத்தனர். கட்டைத்துரைக்குப் பிறகு சேதுபதி இடத்தில் பதவியில் அமர்ந்த சைவதுரை ஒருநாள் தர்காவுக்கு வந்து

வணங்கினார். ஏற்கனவே தன் தந்தையால் மானியம் விடப்பட்ட மேலைமாயாகுளம் கிராமத்தைச் சேர்ந்த செவ்வல் புன்செய் நிலங்களையும் தன் பங்காக தர்காவுக்கு மானியமாக அளித்தார். அதோடு வருடாந்திர கந்தூரி நிகழ்வுக்காக முப்பது பவுனும் கொடுத்தார். அதே அளவு ஒவ்வொரு ஆண்டும் வழங்கப்படவும் ஏற்பாடு செய்தார்.

கதவு தானகத்திறந்தது

ஏர்வாடி நாதர் அவர்களின் வழித்தோன்றல்களில் ஒருவரான வண்ணக்களஞ்சியப்புலவர் கிபி 1821-ல் 22 படலங்களையும் 1714 விருத்தப்பாக்களையும் கொண்ட 'தீன் விளக்கம்' என்ற போர்க்காப்பியத்தை எழுதினார். அது சுல்தானின் வரலாற்றைக்கூறும் காப்பியம். அதை எடுத்துக்கொண்டு அரங்கேற்றம் செய்ய அவர் ஏர்வாடிக்குச் சென்றார். அதிலிருந்துதான் ஒவ்வொரு அத்தியாயத்தின் தலைப்புக்கும் கீழே நான் ஒரு பாடலைக் கொடுத்துள்ளேன்.

அப்போது சுல்தான் அடக்கம் செய்யப்பட்டிருந்த இடத்தின் கதவு மூடப்பட்டிருந்தது. கதவைத் திறக்கும்படி வண்ணக்களஞ்சியப்புலவர் கேட்டுக்கொண்டார். ஆனால் அங்கிருந்த பலர் அதற்கு ஒத்துக்கொள்ளவில்லை.

நீங்கள் உண்மையிலேயே சுல்தானின் சந்ததியினராக இருந்தால், உங்கள் கவிதையினைப் பாடி கதவைத் திறக்க வையுங்கள் என்று சவால் விட்டார்கள். உடனே வண்ணக்களஞ்சியப் புலவர் சில பாடல்களைப் பாடவும் பூட்டப்பட்டிருந்த கதவு தானகவே திறந்தது. அதன் பிறகு அக்காவியம் அங்கே சிறப்பாக அரங்கேற்றம் செய்யபட்டது.

மாணவிக்கு அறுவை சிகிச்சை

மௌலவீ அல்ஹாஜ் A அப்துர் றஊப் மிஸ்பாஹீ பஹ்ஜீ என்ற இலங்கையைச் சேர்ந்த ஆன்மிக குரு ஒருவர் ஏர்வாடி நாதர் பற்றிய தன் அனுபவங்களைக் கீழ்க்கண்டவாறு பகிர்ந்திருந்தார்:

'நான் நீண்ட காலமாக எழுதி வந்த தற்போது முடித்து விரைவில் அச்சகம் செல்லவுள்ள 'அல்கிப்ரீதுல் அஹ்மர்' எனும் ஞான நூலின் கையெழுத்துப் பிரதியை ஏர்வாடி நாதரின் அருளை நாடி

அவர்களின் கப்று ஷரீபின் மீது வைத்து எடுப்பதற்காக கையெழுத்துப் பிரதியை என் உடல்நிலை சரியில்லாததால் என்னுடன் பயணித்த சகோதரர்கள் மௌலவீ ALM இஸ்மாயீல் பலாஹீ, அறபுக் கல்லூரி மெனேஜர், மற்றும் அதிபர் மௌலவீ அப்துர் றஊப் ஆகியோரை அந்தப் பணியை செய்து வருவதற்காக அனுப்பி வைத்தேன்.

போய்விட்டு வந்த அவர்கள் என்னைச் சந்தித்தபோது அழுதார்கள். பின்னர் விபரத்தைக் கூறினார்கள். அவர்கள் கையெழுத்துப் பிரதியை கப்ர் ஷரீப் மீது வைத்தவுடன் அந்த நூல் மீது மலர்கள் சொரியப்பட்டதாம். அவ்வேளை இவர்கள் தவிர வேறெவரும் அங்கு இருக்கவில்லையாம். இது சுல்தான் நிகழ்த்திய அற்புதம் என்று கூறினார்கள்.

வட நாட்டில் ஒரு கோடீஸ்வரனின் மகளுக்கு இடது மார்பு அடிக்கடி வீங்குவதும், வலிப்பதுமாக இருந்தது. ஆங்கில வைத்தியம் முதல் அனைத்து வைத்தியங்கள் செய்தும் பயன் கிடைக்கவில்லை. சென்னை, மதுரை, டில்லி, பம்பாய் முதலான இடங்களில் பிரசித்தி பெற்ற ஆங்கில டாக்டர்கள், மற்றும் நாட்டு வைத்தியர்களாலும் கைவிடப்பட்ட நிலையில் குடும்பத்திலுள்ள படித்தவர்களின் ஆலோசனைப்படி சிங்கப்பூர் அழைத்துச் சென்று வைத்தியம் செய்தும் பயன் கிடைக்கவில்லை.

இறுதியில் வட நாட்டிலுள்ள கோவில் பூசாரி ஒருவரின் ஆலோசனைப்படி ஏர்வாடி சுல்தான் அவர்களின் தர்ஹாவுக்கு அந்த மாணவி கொண்டு வரப்பட்டு அங்கு தங்கியிருக்கும் போது அந்த மாணவியின் கனவில் தோன்றிய ஸுல்தான், ஏர்வாடியிலுள்ள சாதாரண ஆங்கில டாக்டர் ஒருவரின் தோற்றத்தையும், அவரின் வீட்டையும் கனவில் காட்டி அவரிடம் வைத்தியம் செய்துகொள்ளச் சொன்னார்கள்.

அதே இரவு அந்த டாக்டரின் கனவில் தோன்றிய சுல்தான் மாணவியின் தோற்றத்தை அவருக்குக் காட்டி. அவள் காலையில் வருவாள், அவளின் இடது மார்பை வெட்டி அதிலுள்ள அசுத்தங்களை அகற்றி விடவும் என்று கூறியுள்ளார்கள். டாக்டரின் வீட்டுக்குப் போகும் வழியையும், வீட்டு இலக்கத்தையும் அந்த மாணவிக்குக் கனவில் சொல்லியிருந்தார்கள்.

காலையில் மாணவி தனது பெற்றோரிடம் நடந்ததைச் சொன்னதும், மகளை அழைத்துக் கொண்டு ஏர்வாடியிலுள்ள டாக்டரைத்தேடி வந்துகொண்டிருக்கும்போது அம்மாணவியின் வருகையை எதிர்பார்த்து வெளியே நின்றிருந்தார் டாக்டர். இருவரும் ஒருவரையொருவர் கண்டதும் புரிந்து கொண்டார்கள்.

டாக்டர் மாணவியின் பெற்றோரிடம் தான் MBBS படித்த ஒரு சாதாரண டாக்டர்தான். என்னால் அறுவை சிகிச்சை செய்யமுடியாது. ஆயினும் சுல்தானின் கட்டளையை சிரமேற் கொண்டு அவர்களின் உதவியோடு இதைச்செய்கிறேன் என்று தனது சமையலறையிலிருந்த சாதாரண கத்தியால் மாணவியின் மார்பை கீறினார்.

அவ்வளவுதான். மார்பின் உள்ளே இருந்து பிலேட் துண்டுகளும், ஊசிகளும், கடலில் உள்ள ஊரீகளும், சிப்பிகளும் ஒன்றன் பின் ஒன்றாக வெளிவந்தன. உள்ளே இருந்த எல்லாமே வெளி வந்த பிறகு டாக்டர் தனக்குத் தெரிந்தவாறு மருந்துகொடுத்து அம்மாணவியை அனுப்பி வைத்தார்.

சூனியப் பொருட்கள் யாவையும் எடுத்து சுத்தம் செய்தபின் அவற்றைக் கண்ணாடி குப்பி ஒன்றில் போட்டு வைத்துக் கொண்டார்.

அம்மாணவி மூன்று நாட்கள் தர்ஹாவில் தங்கியிருந்து குடும்பத்தினர் மூவரும் இஸ்லாம் மார்க்கத்தில் இணைந்து கொண்டார்கள்.

மார்பிலிருந்து எடுக்கப்பட்ட சூனியப் பொருட்களை நானும், என்னுடன் வந்தவர்களும் எங்களின் கண்ணால் கண்டோம்.

இறந்த குழந்தை உயிர்பெற்று வந்தது

ஒரு நாள் வெள்ளியிரவு ஸுல்தான் இப்றாஹீம் பாதுஷா நாயகம் அவர்களின் தர்ஹாவில் ஒரு மணியளவில் அமர்ந்து ஓதிக் கொண்டிருந்தேன்.

தர்ஹாவுக்கு முன்னால் பெருங் கூட்டமொன்று கூடி நிற்பதைக் கண்ட நான் எழுந்து சென்று பார்த்தேன். சுமார் 50 பேர் கொண்ட ஒரு கூட்டம் வட்டமாக நிற்கிறது. கூட்டத்தின் நடுவே ஒருவன்

சப்பணம் போட்டு அமர்ந்திருக்கிறான். அவனுக்கு எதிரில் ஒரு பெண் அமர்ந்து கொண்டு அவனைத் திட்டுகிறாள், சபிக்கிறாள். தனது கையை நாகப் பாம்பு படம் எடுத்தாடுவது போல் வைத்துக் கொண்டு அவனைத் தனது கையால் பாம்பு கொத்துவது போல் அவனைக் கொத்திக் கொண்டும், கேள்விகளைத் தொடர்ந்து கொண்டுமிருக்கிறாள்.

'அடேய் குடிகாரா! நாகப் பாம்பு வேஷம் போட்டு உன்னைக் கடித்து அழிப்பேன், சூனியத்தை எங்கே வைத்திருக்கிறாய்? சொல்லுடா' இவ்வாறு சொல்லிக் கொண்டே இருக்கிறாள். சனக் கூட்டத்தில் யாரிடம் விபரம் கெட்பதென்று இருக்கும் வேளை தர்ஹா ஜும்ஆப் பள்ளிவாயல் பேஷ் இமாம் மௌலவீ ஒருவர் நின்றதைக் கண்டேன். அவரை அழைத்து விளக்கம் கேட்டேன்.

அதற்கவர், நடுவில் இருப்பவன் ஒரு சூனியக்காரன். அந்தப்பெண்ணுக்கு சூனியம் செய்துள்ளான். அவளின் கனவில் தோன்றிய சுல்தான் இப்றாஹீம் பாதுஷா, அவனின் தோற்றத்தை அவளுக்குக் கனவில் காட்டி இவன் இன்ன ஊரில், இன்ன தெருவிலுள்ள, இன்ன இலக்கமுடைய வீட்டில் இப்போது யாரோ ஒருவருக்கு சூனியம் செய்து கொண்டிருக்கிறான். இப்போது போனால் அவனைப் பிடிக்கலாம் என்று அவர்கள் சொன்னதையடுத்து தர்ஹாவின் தொண்டர்களில் சிலர் சென்று அவனைப் பிடித்து வந்துள்ளார்கள்.

அவனிடம் எங்கே வைத்துள்ளாய் என்று சூனியம் செய்யப்பட்ட பெண் தற்போது கேட்டுக் கொண்டிருக்கிறாள். அவன் இப்போது சொல்வான். சொன்னதும் தர்ஹாவின் தொண்டர்கள் அவனையும் அழைத்துக் கொண்டு அந்த இடத்திற்குச் சென்று சூனியப் பொருட்களைக் கொண்டு வருவார்கள். அதன் பின் அவன் தண்டிக்கப்படுவான் என்று என்னிடம் சொன்னார். இரவு மூன்று மணியாகிவிட்டதால் நான் தங்குமிடம் போய்விட்டேன். காலையில் வந்த போது பாழடைந்த கிணறொன்றில் அவன் வைத்திருந்ததை எடுத்து வந்து அவனுக்கு தண்டனையும் கொடுத்து விட்டார்கள் என்று மௌலவீ கூறினார்.

ஏர்வாடியை அடுத்துள்ள ஒரு கிராமத்தில் ஒருவரையொருவர் காதலித்து திருமணம் செய்து கொண்ட கணவனும், மனைவியும் ஆறு வருடங்கள் குழந்தைப் பாக்கியமமின்றி இருந்தார்கள்.

பண வசதியற்றவர்களாயிருந்ததால் பணம் செலவு செய்து வைத்தியம் செய்ய அவர்களால் முடியாமற் போயிற்று. அவ்விருவரும் வலீமாரின் பக்தர்களாயிருந்ததால் ஒரு நாளிரவு தர்ஹாவுக்கு வந்து குழந்தை கிடைப்பதற்கு நேர்ச்சை செய்து ''ஃபாத்திஹா''வும் ஓதிவிட்டுச் சென்றனர்.

சுல்தான் அவர்களின் அருளால் மனைவி கர்ப்பமானாள். எட்டு மாதங்கள் மிகவிரைவாக நகர்ந்து சென்றன. ஒன்பதாம் மாதம் அவருக்கு அழகிய மகன் பிறந்தான். கணவனும், மனைவியும் குழந்தையுடன் தர்ஹா வந்து பிள்ளை வழங்கிய மகான் அவர்களின் இப்றாஹீம் என்ற பெயரையே பிள்ளைக்கும் சூட்டி மகிழ்வோடு சென்றனர்.

ஏந்தல் இப்றாஹீம் பாதுஷா வழங்கிய இப்றாஹீம் நாளொரு வண்ணம் பொழுதொரு மேனியாக ஆறு வயதை அல்லது பதினான்கு வயதை அடைந்ததும் காய்ச்சல் ஏற்பட்டு மரணித்துவிட்டார்.

ஒருவரையொருவர் கட்டித் தழுவி கண்ணீர் வடித்தவர்களாக இப்றாஹீமின் உடலை அடக்கம் செய்யாமல் தந்தவரிடமே கொடுப்போம் என்று முடிவுசெய்து அதை தர்காவுக்குக் கொண்டு வந்து, சுல்தான் இப்றாஹீம் பாதுஷாவே! குழந்தை தந்தது நீங்கள்தான். இப்போது எடுத்துக் கொண்டீர்கள். நீங்கள் விரும்பியதைச் செய்யுங்கள் என்று கூறிவிட்டு போயினர் பெற்றோர்.

இறந்த குழந்தையின் உடல் தர்கா வாசற் படியில் இருந்தது. உள்ளூர் வாசிகளும், வெளியூர் வாசிகளும் கூட்டம் கூட்டமாக வந்து பார்த்துச் சென்றனர். பெற்றோர் போனவர்கள் போனவர்கள்தான். மூன்றாம் நாள் காலை ஜனாஸாவைக் காணவில்லை. செய்தி பரபரப்பானது. இப்றாஹீம் வழங்கிய குழந்தை இப்றாஹீம் தந்தையின் அடக்கஸ்தலத்தை முத்தமிட்டவராக நின்றிருந்தார்!

சுமார் பத்து வருடங்களுக்கு முன் ஏர்வாடி சென்ற நான் எனக்கு அறிமுகமான ஒருவரின் புத்தகக் கடையொன்றில் அவருடன் பேசிக் கொண்டிருந்தேன். அங்கு சுமார் 65-70 வயது மதிக்கத்தக்க, எடையும் சுமார் 200 கிலோ மதிக்கத்தக்க ஒருவர் கோல் ஊன்றியவராக வந்து அமர்ந்தார். கடைக்கார முதலாளி

என்னிடம் இவரைத் தெரியுமா? என்று கேட்டார். தெரியாது என்றேன். இவர் சுல்தானின் அற்புதத்தால் மரணித்து உயிர் வந்த இப்றாஹீம் என்றார். அவரின் கை முத்தி அருள் பெற்றுக் கொண்டேன். நான் சந்தித்த நேரம் அவர் பாதுஷா நாயகத்தின் தென்னந்தோட்டக் காவல்காரனாக இருந்தார்,

ஏர்வாடி தர்காவில் அடக்கம் செய்யப்பட்டிருக்கும் சுல்தானுடைய உறவினர்கள் அனைவருமே இறைநேசர் என்ற அந்தஸ்தில் இருப்பதால் அவர்கள் அனைவராலும் பல அற்புதங்கள் அன்றாடம் நிகழ்த்தப்பட்டு வருகின்றன. அவற்றைப்பற்றி சுருக்கமாகக் கூறியுள்ளேன்.

இந்த நூலை எழுதப்பயன்பட்ட நூல்கள்

1. 'தீன் விளக்கம்' (படலப்பொருள் விளக்கத்துடன் கூடியது). வண்ணக்களஞ்சியப் புலவர் இயற்றியது. பதிப்பாசிரியர் எம். செய்யிது முஹம்மது ஹஸன். மில்லத் பப்ளிஷர்ஸ், அப்பு மேஸ்திரி தெரு, சென்னை – 01.

2. 'ஏர்வாடி இப்ராஜீம் ஷஹீத் வாழ்க்கை வரலாறு'. தேங்கை ஷர்புதீன் மிஸ்பாஹி. வெளியீடு. ஹாஜி அம்ஜத் இப்ராஹீம் லெவ்வை ஆலிம் சாஹின் அன் சன்ஸ். தர்கா ஹக்தார். ஏர்வாடி தர்கா. இராமநாதபுரம் மாவட்டம்.

3. 'ஏர்வாடி சுல்த்தான் செய்யது இப்ராஹீம் ஷஹீது வலியுல்லாஹ் வரலாறு'. தொகுப்பாசிரியர் ஜமால். வெளியிட்டோர். எம்.எஸ்.வி. செய்யது அபுத்தாஹிர் லெவ்வை புக் ஸ்டால் தர்கா ஷரீப், ஏர்வாடி அஞ்சல், கீழக்கரை மார்க்கம், இராமநாதபுரம் மாவட்டம். முதல் பதிப்பு ஜூலை 1973.

4. 'நபிகள் நாயகம் வழியில்'. டாக்டர் எஸ். எம். கமால். சர்மிளா பதிப்பகம், இராமநாதபுரம். முதல் பதிப்பு 2005.

மற்றும் இணைய தளங்கள். குறிப்பாக

1. https://www.shumsmedia.com/
2. https:/en.wikipedia.org/wiki/Erwadi
3. https://aalequtub.com/hazrat-qutbus-sulthan-syed-ibrahim-shaheed-badusha
4. http://dargahinfo.com/Dargah_History.aspx?HID=257
5. https://www.indiamapped.com/dargahs-in-india/dargah-of-hazrat-syed-ibrahim-shaheed/
6. https://www.indianetzone.com/70/kattupalli.htm
7. https://aalequtub.com/hazrat-qutbus-sulthan-syed-ibrahim-shaheed-badusha-

மற்றும் பல யூட்யூப் வீடியோக்கள்

ஹோமரின்
இலியட்

அடுத்த விநாடி
60,000
நாகூர் ரூமி

காமராஜ்

ஆல்ஃபா
தியானம்

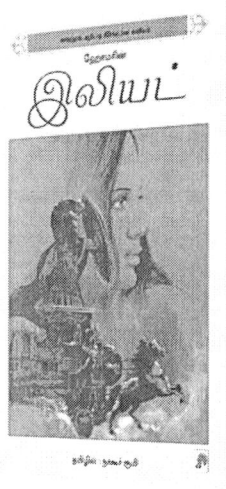

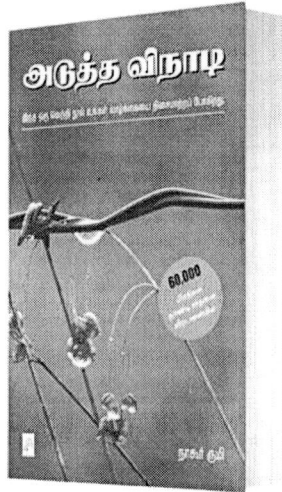

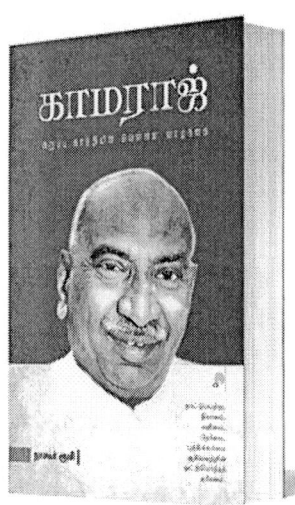

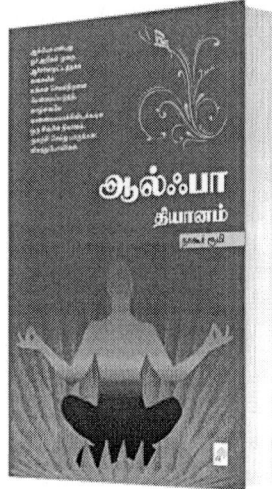

நீங்கள் விரும்பும் புத்தகம் உங்கள்
வீடு தேடி வர அழையுங்கள்

Dial for Books

94459 01234 / 9445 97 97 97

WhatsApp No: 95000 45609

www.dialforbooks.in

www.amazon.in

www.flipkart.com